ਸਿਆਣੇ ਬਣਕੇ

ਕੁੱਝ ਫ਼ਲਸਫ਼ੇ ਜ਼ਿੰਦਗੀ ਦੇ

ਅਜੇਵੀਰ ਸਿੰਘ ਗੋਸਲ

First Published in October 2022

ISBN: 978-93-5668-297-9

BLUEROSE PUBLISHERS

www.BlueRoseONE.com

info@bluerosepublishers.com

+91 8882 898 898

Cover Design:

Aveek

Typographic Design:

Rohit

Distributed by: BlueRose, Amazon, Flipkart

ਤਰਤੀਬ

ਮੁੱਢਲੇ ਸ਼ਬਦ

ਇਹ ਕਿਤਾਬ ਸਾਡੇ ਲਈ ਇਕ ਕਿਤਾਬ ਨਹੀਂ,ਇਕ ਸਫ਼ਰ ਹੈ। 2021 ਦੇ ਅਗਸਤ ਮਹੀਨੇ ਵਿਚ ਜਦੋਂ ਪੁੱਲਮੈਨ, ਵਾਸ਼ਿੰਗਟਨ ਵਿਚ ਮੈਂ (ਅਜੇਵੀਰ) ਤੇ ਮੇਰਾ ਮਿੱਤਰ ਅਮਨਿੰਦਰ ਮਿਲੇ ਤਾਂ ਸਾਨੂੰ ਕੋਈ ਅੰਦਾਜ਼ਾ ਨਹੀਂ ਸੀ ਕਿ ਅਸੀਂ ਅਗਲੇ ਇਕ ਸਾਲ ਵਿਚ ਇਕ ਕਿਤਾਬ ਲਿਖ ਕੇ ਉਸਨੂੰ ਛਪਵਾ ਵੀ ਲਵਾਂਗੇ। ਅਸੀਂ ਕੋਈ ਲੇਖਕ ਨਹੀਂ ਹਾਂ ਤੇ ਨਾ ਹੀ ਇਸ ਕਿਤਾਬ ਰਾਹੀਂ ਲੇਖਕ ਹੋਣ ਦਾ ਦਾਵਾ ਕਰਾਂਗੇ। ਇਹ ਕਿਤਾਬ ਤਾਂ ਇਕ ਚੁਟਕੁਲੇ ਦੇ ਰੂਪ ਵਿਚ ਆਰੰਭ ਹੋਈ ਸੀ। ਸਾਨੂੰ ਜਦ ਵੀ ਕੋਈ ਹਾਸੇ ਵਾਲੀ ਗੱਲ ਸੁਝਣੀ ਤਾਂ ਅਸੀਂ ਉਸ ਗੱਲ ਨੂੰ ਦੋ ਜਾਂ ਤਿੰਨ ਵਾਕਾਂ ਵਿਚ ਸਮੇਟ ਕੇ ਲਿਖਣ ਦੀ ਕੋਸ਼ਿਸ ਕਰਨੀ ਅਤੇ ਫ਼ਿਰ ਉਹਨਾਂ ਗੱਲਾਂ ਨੂੰ ਆਪਣੇ ਨੋਟਸ (notes) ਵਿਚ ਦਰਜ ਕਰ ਲੈਣਾ । ਜਦ ਇਹੋ ਜਿਹੀਆਂ 70/80 ਗੱਲਾਂ ਸਾਡੇ ਕੋਲ ਇਕੱਠੀਆਂ ਹੋ ਗਈਆਂ ਤਾਂ ਅਸੀਂ ਮਜ਼ਾਕ ਵਿਚ ਸੋਚਿਆ ਕਿ 'ਹੁਣ ਤਾਂ 300-400 ਇਕੱਠੇ ਕਰਕੇ ਕਿਤਾਬ ਹੀ ਛਾਪ ਦਿੰਨੇ ਆ।' ਪਰ ਇਹ ਮਜ਼ਾਕ ਕਦ ਗੰਭੀਰਤਾ ਦਾ ਰੂਪ ਲੈ ਗਿਆ ਤੇ ਕਦ ਅਸੀਂ ਹਾਸੇ ਠੱਠੇ ਦੀ ਥਾਂ ਤੇ ਗੰਭੀਰ ਵਿਸ਼ੇ ਜਿੱਦਾਂ ਕਿ ਦੁਨੀਆ,ਜ਼ਿੰਦਗੀ, ਭਗਤੀ, ਪਰਮਾਤਮਾ ਆਦਿ ਤੇ ਲਿਖਣ ਲਗ ਗਏ ਸਾਨੂੰ ਪਤਾ ਹੀ ਨਹੀਂ ਲੱਗਾ। ਇਕ ਪੜ੍ਹਾਅ ਤਾਂ ਅਜਿਹਾ ਵੀ ਆਇਆ ਕਿ ਸਾਨੂੰ ਇਹ ਲੱਗਣ ਲਗ ਗਿਆ ਕਿ ਹਾਸੇ ਵਾਲੀਆਂ ਗੱਲਾਂ ਆਪਣੇ ਤੱਕ ਰੱਖ ਕੇ ਕਿਤਾਬ ਵਿਚ ਸਿਰਫ਼ ਗੰਭੀਰ ਵਿਸ਼ੇ ਹੀ ਰੱਖਦੇ ਹਾਂ। ਪਰ ਇਹ ਸਾਡੇ ਸਫ਼ਰ ਅਤੇ ਇਸ ਕਿਤਾਬ ਦੇ ਆਰੰਭ ਨਾਲ ਬੇਅਦਬੀ ਅਤੇ ਨਾਇਨਸਾਫ਼ੀ ਹੋਣੀ ਸੀ। ਇਸ ਕਰਕੇ ਅਸੀਂ ਇਹ ਫ਼ੈਸਲਾ ਕੀਤਾ ਕਿ ਗੰਭੀਰ ਵਿਸ਼ੇਆਂ ਵਾਲੀਆਂ ਗੱਲਾਂ ਨੂੰ ਇਕ ਚੈਪਟਰ ਵਿਚ ਇਕੱਠਾ ਕਰ ਦਿੰਦੇ ਹਾਂ ਅਤੇ ਬਾਕੀ ਸਬ ਹਲਕੀ ਫੁਲਕੀ ਗੱਲਾਂ ਦੇ ਵੱਖ ਵੱਖ ਚੈਪਟਰ ਬਣਾ ਦਿੰਦੇ ਹਾਂ। ਇਸ ਰਣਨੀਤੀ ਦੇ ਤਹਿਤ 'ਸਿਆਣੇ ਬਣਕੇ' ਚੈਪਟਰ ਵਿਚ ਤੁਹਾਨੂੰ ਕੁਝ ਸਿਆਣੀਆਂ ਤੇ ਕੁਝ ਡੂੰਗੀਆਂ ਗੱਲਾਂ ਮਿਲਣਗੀਆਂ ਅਤੇ ਬਾਕੀ ਕਿਤਾਬ ਵਿਚ ਤੁਹਾਨੂੰ ਕੁਝ ਮਜ਼ਾਕ, ਕੁਝ ਪ੍ਰਸੰਗ ਰਹਿਤ ਗੱਲਾਂ ਅਤੇ ਕੁਝ ਚਵਲਾਂ

ਮਿਲ ਸਕਦੀਆਂ ਹਨ। ਇਸ ਕਿਤਾਬ ਵਿਚ ਕਈ ਦੋਸਤਾਂ ਮਿੱਤਰਾਂ ਦਾ ਵੀ ਯੋਗਦਾਨ ਹੈ ਅਤੇ ਅਸੀਂ ਉਹਨਾਂ ਸਭ ਦੋਸਤਾਂ ਦਾ ਧੰਨਵਾਦ ਕਰਦੇ ਹਾਂ ਜਿਹਨਾਂ ਨੇ ਸਾਨੂੰ ਹੌਂਸਲਾ ਦਿੱਤਾ ਅਤੇ ਸਾਡੀਆਂ ਆਮ ਜਿਹੀਆਂ ਗੱਲਾਂ ਨੂੰ ਵੀ ਪੂਰੀ ਰੂਹ ਨਾਲ ਸੁਣਿਆ। ਸਾਡੇ notes ਅੰਗਰੇਜ਼ੀ ਵਿਚ ਹੋਣ ਕਰਕੇ ਸਾਡੇ ਅੱਗੇ ਇਕ ਵੱਡੀ ਚੁਣੌਤੀ ਅੰਗਰੇਜੀ ਵਿਚ ਲਿਖੀ ਗਈ ਪੰਜਾਬੀ ਦਾ ਗੁਰਮੁਖੀ ਵਿਚ ਲਿਪੀਅੰਤਰਨ (transliteration) ਕਰਨਾ ਸੀ। ਇਸ ਬੇਹੱਦ ਜ਼ਰੂਰੀ ਕੰਮ ਲਈ ਅਸੀਂ ਹਰਲੀਨ ਕੌਰ ਲਾਦੀ ਦਾ ਧੰਨਵਾਦ ਕਰਦੇ ਹਾਂ ਜਿਹਨਾਂ ਨੇ ਇਸ ਕਿਤਾਬ ਦਾ ਲਿਪੀਅੰਤਰਨ ਅਤੇ ਸੰਪਾਦਨ ਕੀਤਾ ਹੈ। ਅੰਤ ਵਿਚ ਅਸੀਂ ਇਹੋ ਕਹਿਣਾ ਚਾਹੁੰਦੇ ਹਾਂ ਕਿ ਅਸੀਂ ਆਸ ਕਰਦੇ ਹਾਂ ਕਿ ਕਿਤਾਬ ਵਿਚਲੀਆਂ ਗੰਭੀਰ ਗੱਲਾਂ ਨੂੰ ਪਾਠਕ ਸਕਾਰਾਤਮਕ ਰੰਗ ਵਿਚ ਵੇਖਣਗੇ ਅਤੇ ਹਲਕੀਆਂ ਫੁਲਕੀਆਂ ਗੱਲਾਂ ਨੂੰ ਗੰਭੀਰਤਾ ਨਾਲ ਨਹੀਂ ਲੈਣਗੇ।

ਕਿਤਾਬ ਬਾਰੇ ਕੁੱਝ ਗੱਲਾਂ

ਸਾਡੀਆਂ ਸਾਰੀਆਂ ਗੱਲਾਂ ਸਾਦੀਆਂ ਤਾਂ ਜ਼ਰੂਰ ਹਨ ਪਰ ਸਾਨੂੰ ਖ਼ੁਸ਼ੀ ਇਸ ਗੱਲ ਦੀ ਹੈ ਕਿ ਇਹ ਸਾਰੀਆਂ ਸਾਦੀਆਂ ਗੱਲਾਂ ਸਾਡੀਆਂ ਹਨ।

ਸਿਆਣੇ ਬਣਕੇ

ਦਿਲ ਨੂੰ ਹਮੇਸ਼ਾ ਦਰਿਆ ਵਰਗਾ ਖੁੱਲ੍ਹਾ ਰੱਖਣਾ ਚਾਹੀਦਾ ਹੈ ਤੇ ਨਜ਼ਰ ਨੂੰ ਖੁਰਦਬੀਨ ਵਾਂਗ ਬਰੀਕ।

ਸਮਖਿਆਲੀ ਮਨੁੱਖ ਨੂੰ ਆਪਣੇ ਤੋਂ ਦੂਰ ਨ ਕਰੋ ਪ੍ਰੰਤੂ ਸਿਰਫ ਸਮਖਿਆਲੀ ਮਨੁੱਖਾਂ ਦੇ ਕੋਲ ਵੀ ਨਾ ਰਹੋ।

ਸਿਆਣਪ ਦੀ ਪਰਿਭਾਸ਼ਾ, 'ਆਪਦੇ ਕੀਤੇ ਹੋਏ ਕੰਮਾਂ ਦਾ ਆਉਣ ਵਾਲੇ ਸਮੇਂ 'ਚ ਮਿਲਣ ਵਾਲੇ ਫ਼ਲ ਬਾਰੇ ਜਾਣਕਾਰੀ' ਹੈ।

ਹਰ ਪੂਜਿਆ ਜਾਣ ਵਾਲਾ ਮਨੁੱਖ ਸੰਤ ਨਹੀਂ ਹੁੰਦਾ, ਤੇ ਹਰ ਪੂਜਣ ਵਾਲਾ ਮਨੁੱਖ ਭਗਤ ਨਹੀਂ ਹੁੰਦਾ।

ਜਦੋਂ ਬੰਦਾ ਨਵਾਂ ਨਵਾਂ ਇੰਡੀਆ ਤੋਂ ਬਾਹਰ ਆਉਂਦਾ ਹੈ ਤਾਂ ਲੋਕੀ ਕਹਿੰਦੇ ਹਨ ਕਿ ਬੰਦਾ ਬਾਹਰ ਚਲਾ ਗਿਆ ਪਰ ਬਾਹਰ ਆ ਕੇ ਰਹਿੰਦਾ ਜ਼ਿਆਦਾ ਤਰ ਉਹ ਅੰਦਰ ਹੀ ਹੁੰਦਾ ਹੈ।

ਪੱਗ ਤੁਹਾਡੇ ਸਾਦੇ ਜਿਹੇ ਪਹਿਰਾਵੇ ਨੂੰ ਵੀ ਸ਼ਾਹੀ ਰੰਗ ਦੇ ਦਿੰਦੀ ਹੈ।

ਸੰਕਲਪ ਕਰਣ ਪਿੱਛੋਂ ਜੇ ਤੁਹਾਨੂੰ ਵਿਕਲਪ ਦਿਖਣ ਲੱਗ ਜਾਣ ਤਾਂ ਉਹ ਸੰਕਲਪ ਪਿੱਛੇ ਰਹਿ ਜਾਂਦਾ ਹੈ ਅਤੇ ਵਿਕਲਪ ਚੁਣ ਲਿਆ ਜਾਂਦਾ ਹੈ।

ਗਿਆਨ ਉਹ ਨਹੀਂ ਜੋ ਸਿਰ ਤੇ ਬੋਝ ਬਣ ਜਾਵੇ, ਗਿਆਨ ਉਹ ਹੈ ਜਿਸਨੂੰ ਇਕੱਠਾ ਕਰਦਿਆਂ ਬਾਕੀ ਇਕੱਠਾ ਕੀਤਾ ਬੋਝ ਸਿਰ ਤੋਂ ਉਤਰ ਜਾਂਦਾ ਹੈ।

ਅਧੂਰੇ ਗਿਆਨ ਨਾਲੋਂ ਖਾਲੀ ਭਾਂਡਾ ਵਧੇਰਾ ਚੰਗਾ ਹੁੰਦਾ ਹੈ। ਘੱਟੋ ਘੱਟ ਖਾਲੀ ਭਾਂਡਾ ਹਰ ਵੇਲੇ ਆਪਣੇ ਅਧੂਰੇ ਹੋਣ ਦਾ ਰੋਸ ਤਾਂ ਨਹੀਂ ਕਰਦਾ।

'ਬੰਦਾ ਚਾਹੇ ਤਾਂ ਕੀ ਨਹੀਂ ਕਰ ਸਕਦਾ '- ਕਹਿਣ ਵਾਲੇ ਮਨੁੱਖ, ਇਨਸਾਨ ਦੀਆਂ ਚਾਹਤਾਂ ਤੇ ਉਹਨਾਂ ਚਾਹਤਾਂ ਨੂੰ ਪੂਰਾ ਕਰਨ ਦੀ ਚਾਹਤ ਨੂੰ ਸਮਝ ਨੀ ਸਕੇ।

ਕੁਝ ਲੋਕ ਸਾਰੇ ਮੌਸਮਾਂ ਵਿਚ ਵਰਤੇ ਜਾਣ ਵਾਲੇ ਟਾਇਰ (all-season tyres) ਵਰਗੇ ਹੁੰਦੇ ਹਨ, ਓਹ ਸਮੇਂ ਅਤੇ ਲੋੜ ਮੁਤਾਬਿਕ ਬੜੀ ਆਸਾਨੀ ਨਾਲ ਬਦਲ ਜਾਂਦੇ ਹਨ।

ਕੁਝ ਲੋਕਾਂ ਕੋਲ ਇੰਨਾ ਪੈਸਾ ਹੁੰਦਾ ਹੈ ਕੇ ਉਹ ਜੀਵਨ ਵਿਚ ਕੁਝ ਵੀ ਕਰ ਸਕਦੇ ਹਨ ਪਰੰਤੂ ਹੈਰਾਨੀ ਇਹ ਹੈ ਕੇ ਉਹ ਬਾਕੀ ਸਭ ਛੱਡ ਕੇ ਹੋਰ ਪੈਸਾ ਕਮਾਉਣਾ ਚੁਣ ਲੈਂਦੇ ਹਨ।

ਪੈਸੇ ਨਾਲ ਸੜਕ ਬਣਾ ਕੇ ਆਪਣੀ ਮੰਜ਼ਿਲ ਤੇ ਆਸਾਨੀ ਨਾਲ ਪਹੁੰਚਣਾ ਠੀਕ ਹੈ, ਪਰ ਉਸ ਸੜਕ ਤੇ ਨਾਂਹ ਪੈ ਜਾਣਾ ਜਿਸਦੀ ਮੰਜ਼ਿਲ ਪੈਸਾ ਹੈ।

ਵਿੱਦਿਆ ਪ੍ਰਾਪਤ ਕਰਨੀ, ਵਿੱਦਿਆ ਤੇ ਵਿਚਾਰ ਕਰਨਾ, ਅਤੇ ਵਿਚਾਰੀ ਹੋਈ ਵਿੱਦਿਆ ਦੀ ਵਰਤੋਂ ਕਰਨੀ, ਇਹ ਤਿੰਨੇ ਗੱਲਾਂ ਬੁਹਤ ਅਲੱਗ ਹਨ।

ਜਿਓਂਦੇ ਜੀਅ ਤਾਂ ਫਰਕ ਬਹੁਤ ਹੁੰਦੇ ਹਨ ਪਰ ਮੌਤ ਪਿੱਛੋਂ ਸਾਰੇ ਫਰਕ ਮਿਟ ਜਾਂਦੇ ਹਨ ।

ਪੰਜਾਬੀ ਭਾਸ਼ਾ ਮਿਠਾਸ ਅਤੇ ਭੜਾਸ, ਦੋਵਾਂ ਨੂੰ ਬਰਾਬਰ ਪ੍ਰਗਟ ਕਰਣ ਵਿਚ ਪੂਰਨ ਤੌਰ 'ਤੇ ਸਮਰਥ ਹੈ।

ਲਾਪਰਵਾਹੀ ਤੋਂ ਪਰਵਾਹ ਕਰਨ ਤੱਕ ਦੇ ਰਾਹ ਵਿਚ ਇੱਕ ਸ਼ਹਿਰ ਆਉਂਦਾ ਹੈ ਜਿਸਦਾ ਨਾਮ ਬੇਪਰਵਾਹੀ ਹੈ। ਤੂੰ ਰਾਹ ਵਿੱਚ ਉਥੇ ਜ਼ਰੂਰ ਰੁਕੀਂ ਤੇ ਫ਼ਿਰ ਚਾਹੇ ਉਸ ਸ਼ਹਿਰ ਨੂੰ ਹੀ ਮੰਜ਼ਿਲ ਮੰਨ ਲਈਂ।

ਚੰਗੀ ਆਦਤ ਪਾਉਣੀ ਅਤੇ ਮਾੜੀ ਆਦਤ ਛੱਡਣੀ ਬੁਹਤ ਔਖੀ ਹੰਦੀ ਹੈ।

ਇਹ ਯਾਦ ਰੱਖਣਾ ਜਰੂਰੀ ਹੈ ਕੇ ਆਪਣੀ ਕਾਬਲੀਅਤ ਤੇ ਮਾਣ ਨਹੀਂ ਕਰਨਾ ਚਾਹੀਦਾ ਪਰ ਇਸਦਾ ਮਤਲਬ ਇਹ ਨਹੀਂ ਕਿ ਆਪਣੀ ਕਬਲੀਅਤ ਤੇ ਭਰੋਸਾ ਵੀ ਨਾ ਕਰੋ।

ਇਕੱਲੇ ਤੋਂ ਇੱਕ ਹੋਣ ਲਈ ਪਹਿਲਾਂ ਤੁਹਾਨੂੰ ਇਕੱਲੇ ਬੈਠ ਕੇ ਇੱਕ ਨੂੰ ਧਿਆਉਣਾ ਪੈਂਦਾ ਹੈ ।

ਸਭ ਕੁਝ ਆਪਣੇ ਅੰਦਰ ਹੈ ਪਰੰਤੂ ਜਦ ਅਪਣੀ ਮੌਤ ਹੋ ਜਾਂਦੀ ਹੈ ਤਾਂ ਅੰਦਰੋਂ ਕੁਝ ਵੀ ਨਹੀਂ ਲਭਦਾ। ਸ਼ਾਇਦ ਉਹ ਸਭ ਅੰਦਰੋਂ ਅੰਦਰੀਂ ਹੀ ਬਾਹਰ ਚਲਾ ਜਾਂਦਾ ਹੈ।

ਸੰਚਾਰਕ ਫ਼ਾਸਲੇ ਅਕਸਰ ਰਿਸ਼ਤੇਆਂ ਵਿਚ ਫ਼ਾਸਲੇ ਪੈਦਾ ਕਰ ਦਿੰਦੇ ਹਨ।

ਸਭ ਕੁਝ ਸਾਡੇ ਅੰਦਰ ਹੈ ਪਰ ਇਕ ਸਾਹ ਰੁਕ ਜਾਣ ਤਾਂ ਬਾਕੀ ਸਭ ਆਪਣੇ ਆਪ ਬੇਮਾਈਨੇ ਹੋ ਜਾਂਦਾ ਹੈ।

ਜਦ ਕਦੀ ਅਸਲੀਅਤ ਵਿਚ ਤੁਸੀਂ ਮੱਥਾ ਟੇਕੋਗੇ ਤਾਂ ਮੱਥਾ ਟੇਕ ਕੇ ਤੁਸੀਂ ਤਾਂ ਉਠ ਜਾਵੋਗੇ ਪਰੰਤੂ ਮੱਥਾ ਓਥੇ ਚਰਣਾ ਵਿਚ ਹੀ ਟਿਕਿਆ ਰਹਿ ਜਾਵੇਗਾ।

ਮੇਰੇ ਦਰਾਜ ਵਿਚ ਨਕਾਬ ਤਾਂ ਬਹੁਤ ਪਏ ਹਨ ਪਰੰਤੂ ਕੁਝ ਲੋਕਾਂ ਨੂੰ ਮੈਂ ਬਿਨਾ ਨਕਾਬ ਤੋਂ ਮਿਲਣਾ ਪਸੰਦ ਕਰਦਾ ਹਾਂ।

ਕੁਝ ਲੋਕ ਏਦਾਂ ਦੇ ਹੁੰਦੇ ਹਨ ਜਿਹਨਾਂ ਦੀ ਯਾਦ ਤਾਂ ਅਕਸਰ ਆਉਂਦੀ ਹੈ ਪਰ ਉਹਨਾਂ ਨੂੰ ਮਿਲਣ ਦਾ ਜੀਅ ਨਹੀਂ ਕਰਦਾ। ਉਹ ਆਪਣਾ ਭੂਤਕਾਲੀ ਰੂਪ ਪਿੱਛੇ ਛੱਡ ਗਏ ਹੁੰਦੇ ਹਨ ਤੇ ਸਾਨੂੰ ਉਹਨਾਂ ਦਾ ਵਰਤਮਾਨ ਵਾਲਾ ਰੂਪ ਪਸੰਦ ਨਹੀ ਆਉਂਦਾ।

ਕਲਾਕਾਰ ਕਾਰਾਂ ਵਿਚ ਘੁਮੰਦੇ ਹਨ ਪਰ ਦਾਨਿਸ਼ਮੰਦਾਂ (scientists and scholars) ਦੇ ਹਾਲਾਤ ਅਕਸਰ ਮੰਦੇ ਹੀ ਦੇਖੇ ਗਏ ਹਨ।

ਧੋਖਾ ਦੇਣ ਦੇ ਹਜ਼ਾਰ ਕਾਰਣ ਹੋ ਸਕਦੇ ਹਨ ਪਰ ਉਹਨਾਂ ਚੋਂ ਇਕ ਵੀ ਕਾਰਣ ਧੋਖੇ ਨੂੰ ਸਹੀ ਨਹੀਂ ਸਾਬਿਤ ਕਰ ਪਾਉਂਦਾ।

ਦਾਨਿਸ਼ਜੂ ਤੋਂ ਦਾਨਿਸ਼ਮੰਦ ਬਣਨ ਦਾ ਪੈਂਡਾ ਸਿੱਧਾ ਤਾਂ ਹੈ
ਪਰੰਤੂ ਸਰਲ ਨਹੀਂ ਹੈ।

ਸਾਨੂੰ ਇਹ ਸਮਝ ਲੈਣਾ ਪਵੇਗਾ ਕੇ ਹੁਕਮ 'ਚ ਰਹਿਕੇ ਹੀ ਜੀਵਨ ਸਫ਼ਲ ਹੈ ਪਰੰਤੂ ਇਹ ਵੀ ਤਾਂ ਸੱਚ ਹੈ ਕੇ ਹੁਕਮ ਨੂੰ ਸਮਝਿਆ ਨਹੀਂ ਜਾ ਸਕਦਾ ਅਤੇ ਜੇਕਰ ਹੁਕਮ ਸਮਝਿਆ ਹੀ ਨਹੀਂ ਜਾ ਸਕਦਾ ਤਾਂ ਫਿਰ ਹੁਕਮ ਮੰਨਿਆ ਕਿਦਾ ਜਾਵੇਗਾ?

ਕੁਝ ਲੋਕ ਐਸੇ ਵੀ ਹੁੰਦੇ ਹਨ ਜਿਹੜੇ ਆਪਣੇ ਨਿਮਾਣੇ ਹੋਣ ਦਾ ਮਾਣ ਕਰਨ ਲੱਗ ਜਾਂਦੇ ਹਨ।

ਪੰਜਾਬੀ ਵਿਦਵਾਨਾਂ ਨੇ 5 ਨਵੇਂ ਅੱਖਰ ਬਣਾਉਣ ਦੀ ਥਾਂ ਪੁਰਾਣੇ ਅਖਰਾਂ ਦੇ ਪੈਰਾਂ ਵਿੱਚ ਬਿੰਦੀਆਂ ਲਗਾ ਦਿੱਤੀਆਂ। ਇਹੋ ਜਿਹਾ ਜੁਗਾੜ ਕੋਈ ਪੰਜਾਬੀ ਹੀ ਲੱਗਾ ਸਕਦਾ ਹੈ।

ਮਹਿਫ਼ਿਲ ਵਿਚ ਬੈਠੇ ਯਾਰ ਅਤੇ ਮਹਿਫ਼ਿਲ ਵਿਚ ਵਿਚਾਰੇ ਜਾਣ ਵਾਲੇ ਵਿਸ਼ੇ, ਦੋਵੇਂ ਹੀ ਚੋਣਵੇਂ ਹੋਣੇ ਚਾਹੀਦੇ ਹਨ ।

ਹਰ ਕੰਮ ਕਰਨ ਦਾ ਇਕ ਤਰੀਕਾ ਹੁੰਦਾ ਹੈ ਤੇ ਹਰ ਮੰਜ਼ਿਲ ਦਾ ਇਕ ਰਾਹ, ਸਹੀ ਤਰੀਕੇ ਨਾਲ ਸਹੀ ਰਾਹ ਤੇ ਚੱਲਣ ਨਾਲ ਸਭ ਪ੍ਰਾਪਤ ਹੋ ਸਕਦਾ ਹੈ।

ਸਾਰੇ ਵੱਡੇ ਇਕ ਵਾਰ ਬੱਚੇ ਜਰੂਰ ਹੁੰਦੇ ਹਨ ਪਰੰਤੂ ਇਹ ਜਰੂਰੀ ਨਹੀਂ ਕੇ ਸਾਰੇ ਬੱਚੇ ਇਕ ਵਾਰ ਵੱਡੇ ਵੀ ਹੋਣਗੇ ।

ਕੁਝ ਲੋਕਾਂ ਨੂੰ ਮਿਲ ਕੇ ਤੁਹਾਨੂੰ ਇਹ ਚੇਤਾ ਆਉਂਦਾ ਹੈ ਕੇ ਤੁਸੀਂ ਕਿਹੋ ਜਿਹੇ ਬਣਨਾ ਚਾਹੁੰਦੇ ਹੋ ਪਰ ਕੁਝ ਲੋਕਾਂ ਨੂੰ ਮਿਲ ਕੇ ਤੁਹਾਨੂੰ ਇਹ ਅਹਿਸਾਸ ਵੀ ਹੁੰਦਾ ਹੈ ਕੇ ਤੁਸੀਂ ਕਿਹੋ ਜਿਹੇ ਨਹੀਂ ਬਣਨਾ ਚਾਹੁੰਦੇ।

ਬਹਿਸ ਖਤਮ ਹੋ ਜਾਣ ਦਾ ਮਤਲਬ ਹਮੇਸ਼ਾ ਇਹ ਨਹੀਂ ਹੁੰਦਾ ਕੇ ਮੁੱਦਾ ਸੁਲਝ ਗਿਆ ਹੈ।

ਜਿਵੇਂ ਜਿਵੇਂ ਮਨੁੱਖਾਂ ਦੀ ਔਸਤਨ ਉਮਰ ਵਧੇਗੀ, ਉਵੇਂ ਉਵੇਂ ਹੀ ਮਨੁੱਖਾਂ ਦਾ ਜਵਾਨੀ ਵਾਲਾ ਦੌਰ ਵੀ ਵਧੇਗਾ ਅਤੇ ਬੁਢਾਪੇ ਵਾਲਾ ਵੀ।

ਗੁੰਜਲਦਾਰ ਗੱਲਾਂ ਅਕਸਰ ਸਾਦੇ ਸ਼ਬਦਾਂ ਨਾਲ ਸਮਝਾਈਆਂ ਜਾਣ ਤੇ ਵਧ ਪ੍ਰਭਾਵ ਪਾਉਂਦੀਆਂ ਹਨ ।

ਜੋ ਕੁਝ ਵੀ ਤੁਸੀਂ ਪਾਉਣਾ ਚਾਉਂਦੇ ਹੋ, ਓਹ ਸਭ ਮਿਲ ਜਾਣ ਤੇ ਤੁਹਾਨੂੰ ਤਸੱਲੀ ਨਹੀਂ ਮਿਲੇਗੀ, ਓਹ ਸਭ ਮਿਲਣ ਤਕ ਤੁਹਾਡੀ ਇਛਾਵਾਂ ਦੀ ਸੂਚੀ ਵਿਚ ਕੁਝ ਹੋਰ ਇਛਾਵਾਂ ਜੁੜ ਜਾਣਗੀਆਂ ਤੇ ਇਹ ਚੱਕਰ ਚਲਦਾ ਜਾਵੇਗਾ।

ਸੋਚਣ ਵਾਲੀ ਗੱਲ ਤਾਂ ਇਹ ਹੈ ਕੇ ਜ਼ਿਆਦਾ ਬਦਕਿਸਮਤ ਕੋਣ ਹੈ? ਓਹ ਰੁੱਖ ਜੋ ਹਰ ਸਾਲ ਆਪਣੇ ਹਜ਼ਾਰਾਂ ਪੱਤੇ ਟੁੱਟਦੇ ਵੇਖਦਾ ਹੈ ਪਰ ਖੜਾ ਰਹਿੰਦਾ ਹੈ, ਜਾਂ ਓਹ ਪੱਤੇ ਜੋ ਇਹ ਜਾਣਦੇ ਹਨ ਕੇ ਉਹਨਾਂ ਦੇ ਝੜਨ ਪਿੱਛੋਂ ਰੁੱਖ ਤੇ ਮੁੜ ਨਵੇਂ ਪੱਤੇ ਆ ਜਾਣਗੇ ।

ਜਿੱਦਾਂ ਹੀ ਮੈਂ ਸੁਪਨੇ ਨੂੰ ਸੱਚ ਮੰਨ ਕੇ ਚੱਲਣ ਲਗਦਾ ਹਾਂ.. ਉਦੋਂ ਹੀ ਮੇਰੀ ਜਾਗ ਖੁੱਲ ਜਾਂਦੀ ਹੈ ਅਤੇ ਮੇਰਾ ਧਿਆਨ ਦੂਜੇ ਸੁਪਨੇ ਵੱਲ ਚਲਾ ਜਾਂਦਾ ਹੈ।

ਜਿਹੜੀਆਂ ਚੀਜਾਂ ਤੁਹਾਡੇ ਹੱਥ ਵਿਚ ਹੀ ਨਹੀਂ ਹਨ , ਓਹਨਾ ਨੂੰ ਦਿਮਾਗ ਵਿਚ ਰੱਖਣਾ ਇਕ ਮੂਰਖ ਆਦਮੀ ਦੀ ਨਿਸ਼ਾਨੀ ਹੈ। separtation needed here

---

ਅਸੂਲ ਬਣਾਉਣੇ ਹੀ ਕਾਫ਼ੀ ਨਹੀਂ ਹੁੰਦੇ.. ਜ਼ਰੂਰੀ ਇਹ ਵੀ ਹੁੰਦਾ ਹੈ ਕੇ ਉਹਨਾਂ ਅਸੂਲਾਂ ਤੇ ਖੜ੍ਹਿਆ ਵੀ ਜਾਵੇ ਪਰੰਤੂ ਸਭ ਤੋਂ ਜ਼ਰੂਰੀ ਇਹ ਹੈ ਕੇ ਤੁਹਾਡੇ ਅਸੂਲ ਚੱਜ ਦੇ ਵੀ ਹੋਣ।

ਅੰਡਰਸਟੈਂਡ (Understand) ਅਤੇ ਜੱਜ (Judge) ਕਰਨ ਵਿਚ ਬਹੁਤ ਬਰੀਕ ਅੰਤਰ ਹੈ, ਜੇਕਰ ਤੁਸੀਂ ਕਿਸੇ ਬਾਰੇ ਅੰਦਾਜੇ ਲਾ ਕੇ ਉਹਨਾਂ ਨੂੰ ਸਮਝਣ ਦੀ ਕੋਸ਼ਿਸ਼ ਕਰੋ ਤਾਂ ਓਹਨੂੰ ਜੱਜ ਕਰਨਾ ਕਹਿੰਦੇ ਹਨ ਪਰੰਤੂ ਜੇ ਤੁਸੀ ਕਿਸੇ ਨੂੰ ਸਮਝ ਕੇ ਉਸ ਬਾਰੇ ਰਾਏ ਬਣਾਓ ਤਾਂ ਉਸਨੂੰ ਅੰਡਰਸਟੈਂਡ ਕਰਨਾ ਕਹਿੰਦੇ ਹਨ।

ਸੱਚ ਤੇ ਅਧਾਰਿਤ ਮਜ਼ਾਕ ਤੇ ਝੂਠ ਤੇ ਅਧਾਰਿਤ ਇਲਜ਼ਾਮ ਅਕਸਰ ਲੋਕਾਂ ਨੂੰ ਕ੍ਰੋਧਿਤ ਕਰ ਦਿੰਦੇ ਹਨ ।

ਕਾਸ਼ ਮੈਟਲ ਐਨਾਲਾਈਜ਼ਰ ਵਾਂਗ ਕੋਈ ਮਸ਼ੀਨ ਹੋਵੇ ਜਿਹਦੇ ਨਾਲ ਬੰਦੇ ਦੀ ਸ਼ੁੱਧਤਾ ਵੀ ਚੈੱਕ ਹੋ ਜਾਵੇ।

ਬਾਰੀਆਂ ਜਿੰਨੀਆਂ ਮਰਜੀ ਲਾ ਲਓ, ਪਰ ਧੁੱਪ ਨੂੰ ਰੋਕਣ ਲਈ ਪਰਦੇਆਂ ਦਾ ਹੋਣਾ ਵੀ ਲਾਜ਼ਮੀ ਹੈ।

ਸਾਨੂੰ ਇਹ ਗੱਲ ਪੱਕੀ ਕਰ ਲੈਣੀ ਚਾਹੀਦੀ ਹੈ ਕੇ ਸਨੇਹ ਤੇ ਪ੍ਰੇਮ ਵਿਚ ਬਹੁਤ ਅੰਤਰ ਹੁੰਦਾ ਹੈ। ਸਨੇਹ ਆਪਣੇ ਤੋਂ ਛੋਟੇ ਨਾਲ ਹੁੰਦਾ ਹੈ ਪ੍ਰੰਤੂ ਪਿਆਰ ਆਪਣੇ ਬਰਾਬਰ ਦੇ ਨਾਲ ਹੁੰਦਾ ਹੈ।

ਜੇਕਰ ਤੁਸੀਂ ਕਿਸੇ ਦੇ ਦੱਸੇ ਰਾਜ਼ ਨੂੰ ਰਾਜ਼ ਨਾ ਰੱਖੋ ਤਾਂ ਉਸਦਾ 'ਨਾਰਾਜ਼' ਹੋ ਜਾਣਾ ਤਾਂ ਲਾਜ਼ਮੀ ਹੈ।

ਦੁਨੀਆ ਵਿਚ ਕੁਝ ਅਣਖੀਲੇ ਲੋਕ ਅਜਿਹੇ ਵੀ ਹੁੰਦੇ ਹਨ ਜਿਹਨਾਂ ਦੀ ਕੋਈ ਵੀ ਕੀਮਤ ਨਹੀਂ ਹੁੰਦੀ।

ਅਜ-ਕੱਲ ਦੇ ਲੋਕਾਂ ਦੀ ਸੋਚ ਸਮਝਣ ਲਈ ਤੁਸੀਂ ਉਹਨਾਂ ਦੀ 'ਯੂਟੂਬ ਸੁਝਾਵਾਂ' ਦੀ ਸੂਚੀ ਦੇਖ ਸਕਦੇ ਹੋ ।

ਕਲਾ ਦਾ ਕੋਈ ਆਕਾਰ ਹੋਣਾ ਜਰੂਰੀ ਨਹੀਂ ਹੈ ਪਰ ਕਲਾਕਾਰ ਵਿਚ ਕਲਾ ਦਾ ਹੋਣਾ ਬੇਹਦ ਜਰੂਰੀ ਹੈ।

ਜੇ ਤੁਸੀਂ ਬਾਹਰ ਦੇਖੋਗੇ ਤਾਂ ਸੁਪਨੇ ਦੇਖੋਗੇ, ਪਰ ਜਾਗਣ ਲਈ ਆਪਣੇ ਅੰਦਰ ਝਾਤੀ ਮਾਰਨੀ ਪੈਂਦੀ ਹੈ।

ਤੁਹਾਡੇ ਨਾਲ ਬਹੁਤ ਮਾੜਾ ਹੋ ਸਕਦਾ ਹੈ, ਪਰ ਸਾਨੂੰ ਚੰਗੇ ਦਿਨਾਂ ਦੀ ਆਸ ਕਦੇ ਨਹੀਂ ਛੱਡਣੀ ਚਾਹੀਦੀ ।

ਜ਼ਿੰਦਗੀ ਦੇ ਤਜ਼ੁਰਬੇ ਭਾਵੇਂ ਕੌੜੇ ਹੁੰਦੇ ਹਨ, ਪਰ ਉਹਨਾਂ 'ਚੋਂ ਸਿੱਖੇ ਪਾਠ ਬਹੁਤ ਮਿੱਠੇ ਫ਼ਲ ਦਿੰਦੇ ਹਨ।

ਕਦੇ-ਕਦੇ ਕਿਸੇ ਚੀਜ਼ ਦਾ ਖਰਾਬ ਹੋਣਾ ਤੁਹਾਡੇ ਲਈ ਬਿਹਤਰ ਸਿੱਧ ਹੋ ਜਾਂਦਾ ਹੈ।

ਗੱਲ ਭਾਵੇ ਇਕ ਜੌਂ ਦੇ ਦਾਣੇ ਜਿੰਨੀ ਕਹੋ, ਪ੍ਰੰਤੂ ਉਸ ਤੋਂ ਮੁਸ਼ਕ ਕਪੂਰ ਵਰਗੀ ਆਉਣੀ ਚਾਹੀਦੀ ਹੈ ।

ਦੁਨੀਆ ਦਾ ਰਾਹ ਭੀੜਾ ਹੁੰਦਾ ਹੈ ਅਤੇ ਉਸਤੇ ਭੀੜ ਬਾਹਲੀ ਹੁੰਦੀ ਹੈ ਪਰ ਰੱਬ ਦਾ ਰਾਹ ਖੁੱਲ੍ਹਾ ਅਤੇ ਬਿਨਾ ਭੀੜ ਵਾਲਾ ਹੁੰਦਾ ਹੈ।

ਇਹ ਤਾਂ ਸੱਚ ਹੈ ਹੀ ਕੇ ਧਰਮ ਦੇ ਰਾਹ ਤੇ ਕਾਫੀ ਗਲਾਂ ਬਿਨਾਂ ਸਬੂਤ ਤੋਂ ਮੰਨ ਕੇ ਚੱਲਣਾ ਪੈਂਦਾ ਹੈ, ਪਰੰਤੂ ਇਹ ਵੀ ਤਾਂ ਸੱਚ ਹੈ ਕੇ ਵਿਗਿਆਨ ਦੀ ਦੁਨੀਆ ਵਿਚ ਵੀ ਕਾਫੀ ਸਿਧਾਂਤ ਧਾਰਨਾਵਾਂ ਤੇ ਹੀ ਟਿਕੇ ਹਨ।

'ਮੈਂ' ਕਰਕੇ ਮੰਨਣਾ ਔਖਾ ਹੋ ਜਾਂਦਾ ਹੈ, ਪਰੰਤੂ ਜਦ 'ਮੈਂ' ਮੰਨ ਲੈਂਦਾ ਹਾਂ ਉਦੋਂ ਮੰਨ 'ਮੈਂ' ਭੁੱਲ ਜਾਂਦਾ ਹੈ।

ਦੌੜ੍ਹਾਂ ਤਾਂ ਦੁਨੀਆ ਵਿਚ ਲਗਦੀਆਂ ਹੀ ਰਹਿੰਦੀਆਂ ਹਨ ਪਰ ਜ਼ਿੰਦਗੀ ਵਿਚ ਟਿਕਾਣੇ ਤੇ ਪਹੁੰਚਣ ਲਈ ਇਕਾਗਰਚਿਤ ਹੋ ਕੇ ਬੈਠਣਾ ਪੈਂਦਾ ਹੈ।

ਵਿਗਿਆਨ ਤੁਹਾਨੂੰ ਦੂਰ-ਦ੍ਰਿਸ਼ਟੀ ਤਾਂ ਦੇ ਸਕਦਾ ਹੈ, ਪਰ ਸਮ-ਦ੍ਰਿਸ਼ਟ ਹੋਣ ਲਈ ਧਾਰਮਿਕ ਹੋਣਾ ਲਾਜ਼ਮੀ ਹੈ।

'ਓਅੰਕਾਰ' ਸ਼ਬਦ ਤਾਂ ਬਹੁਤ ਧਾਰਮਿਕ ਗ੍ਰੰਥਾਂ ਵਿਚ ਪਾਇਆ ਜਾਂਦਾ ਹੈ, ਪ੍ਰੰਤੂ ਇਸਦੀ ਵਿਲਖੰਤਾ ਗੁਰੂ ਨਾਨਕ ਨੇ ਇਸਦੇ ਅੱਗੇ ਸ਼ਬਦ 'ਇਕ' ਲਗਾ ਕੇ ਕੀਤੀ ਹੈ (ਸਮ-ਦ੍ਰਿਸ਼ਟੀ)।

ਸ਼ਬਦ ਨੂੰ ਗੁਰੂ ਮੰਨ ਲੈਣਾ ਅਤੇ ਸ਼ਰਾਧਾਂ ਦੇ ਭਰਮ ਵਿਚ ਪੈ ਜਾਣਾ ਦੋਵੇਂ ਬਿਲਕੁਲ ਅਲੱਗ ਗੱਲਾਂ ਹਨ।

ਅਸਲ ਵਿਚ ਭਰਮ ਸ਼ਰਾਧਾਂ ਨੂੰ ਮੰਨਣਾ ਨਹੀ ਹੈ, ਭਰਮ ਇਹ ਵੀ ਹੋ ਸਕਦਾ ਹੈ ਕੇ ਤੁਸੀਂ ਸੋਚਦੇ ਹੋ ਕੇ ਅਸੀਂ ਸ਼ਰਾਧਾਂ ਨੂੰ ਨਾ ਮੰਨ ਕੇ ਜਿਆਦਾ ਸਿਆਣੇ ਹਾਂ।

ਸੱਚ ਅਸੀਂ ਜਾਣਦੇ ਨਹੀਂ ਹਾਂ ਤੇ ਸੱਚ ਜਾਣਨਾ ਸੰਭਵ ਵੀ ਨਹੀਂ ਹੈ ਕਿਓਕਿ ਸੱਚ ਸਾਡੇ ਤੋ ਓਨੀ ਹੀ ਦੂਰ ਹੈ ਜਿੰਨੀ ਦੂਰ ਸਾਡੀ ਮੌਤ ਹੈ।

ਜ਼ਿਆਦਾ ਸੋਚਣ ਵਾਲੇ ਲੋਕ ਅਕਸਰ ਵੱਧ ਸਿਆਣੇ ਤਾਂ ਹੁੰਦੇ ਹਨ ਪਰ ਕਈ ਵਾਰ ਓਹ ਸੋਚਦੇ ਹੀ ਰਹਿ ਜਾਂਦੇ ਹਨ ।

ਬਾਹਰਲੇ ਤੂਫ਼ਾਨਾਂ ਤੋਂ ਬਚਣ ਲਈ ਆਪਾਂ ਅੰਦਰ ਆ ਸਕਦੇ ਹਾਂ ਪਰ ਅੰਦਰਲੇ ਤੂਫ਼ਾਨਾਂ ਤੋਂ ਬਚਨ ਲਈ ਉਹਨਾਂ ਨਾਲ ਜੂਝਣਾ ਹੀ ਪੈਂਦਾ ਹੈ।

ਕਿਤਾਬਾਂ ਨਾਲ ਤੁਹਾਡਾ ਬਸਤਾ ਆਸਾਨੀ ਨਾਲ ਭਾਰੀ ਹੋ ਸਕਦਾ ਹੈ ਪਰ ਕਿਤਾਬਾਂ ਨਾਲ ਆਪਣੇ ਦਿਮਾਗ ਤੇ ਵਜ਼ਨ ਪਾਉਣਾ ਬੁਹਤ ਔਖਾ ਹੈ।

ਜਦੋ ਕਰਮ ਮਾਨ ਨੇ ਮਹਾਤਮਾ ਗਾਂਧੀ ਨੂੰ ਗੱਦਾਰ ਕਿਹਾ ਸੀ ਤਾਂ ਗਾਂਧੀ ਦਾ ਗੁੱਸੇ ਹੋਣ ਦੀ ਬਜਾਏ ਉਸਨੂੰ ਇਹ ਕਹਿਣਾ ਕੇ "Call spade a spade" ਤੁਹਾਨੂੰ ਉਸ ਦੇ ਕਿਰਦਾਰ ਬਾਰੇ ਕਾਫੀ ਕੁਝ ਦਸ ਦਿੰਦਾ ਹੈ (ਸਕਾਰਾਤਮਕ/ਨਕਾਰਾਤਮਕ ਦੋਵੇਂ) ।

ਸੁੱਤੇ ਹੋਏ ਨੂੰ ਤਾਂ ਤੁਸੀਂ ਫ਼ਿਰ ਵੀ ਉਠਾ ਲਵੋਗੇ ਪਰ ਉਸਨੂੰ ਉਠਾਉਣਾ ਨਾਮੁਨਕਿਨ ਹੁੰਦਾ ਹੈ ਜੋ ਸੌਣ ਦਾ ਸਿਰਫ਼ ਨਾਟਕ ਕਰ ਰਿਹਾ ਹੋਵੇ ।

ਕਈ ਵਾਰ ਇਕ ਸਧਾਰਨ ਜਿਹੀ ਮਹਿਕ ਤੁਹਾਨੂੰ ਵਕਤ ਦੀ ਨਾਜ਼ੁਕ ਸੜਕ ਤੇ ਬੁਹਤ ਦੂਰ ਤਕ ਦਾ ਸਫ਼ਰ ਕਰਵਾ ਦਿੰਦੀ ਹੈ।

ਕਈ ਵਾਰ ਤੁਹਾਨੂੰ ਕੋਈ ਚੀਜ਼ ਵੇਖਦੇ ਸਾਰ ਉਸਦੀ ਮਹਿਕ ਯਾਦ ਆ ਜਾਂਦੀ ਹੈ, ਅਤੇ ਕਈ ਵਾਰ ਤੁਹਾਨੂੰ ਕੋਈ ਮਹਿਕ ਸੁੰਘਦੇ ਸਾਰ ਹੀ ਕੋਈ ਚੀਜ਼ ਯਾਦ ਆ ਜਾਂਦੀ ਹੈ ।

ਜੇਕਰ ਤੁਹਾਡਾ ਪਿਆਰ ਕਿਸੇ ਚੀਜ਼ ਜ਼ਾਂ ਮਨੁਖ ਨਾਲ ਘੱਟ ਰਿਹਾ ਹੈ ਤਾਂ ਓਹ ਚੀਜ਼ ਯਾਦ ਕਰੋ ਜਿਸ ਕਰਕੇ "ਓਹ" ਪਿਆਰੇ ਲੱਗਣ ਲੱਗੇ ਸੀ।

ਅੱਖਾਂ ਵਿਚ ਨਮੀ ਹੋਣੀ ਲਾਜ਼ਮੀ ਹੈ ਪਰ ਇਸਦੀ ਸਹੀ ਮਾਤਰਾ ਉਸਤੋਂ ਵੀ ਵੱਧ ਲਜ਼ਮੀ ਹੈ। ਇਹ ਘਟੀ ਤੇ ਅੱਖਾਂ ਮਲਾਉਂਦੀ ਹੈ ਤੇ ਵਧੀ ਤੇ ਅੱਖਾਂ ਲੁਕਾਉਂਦੀ ਹੈ ।

ਦਰਅਸਲ ਆਪਾਂ ਸਾਰੇ ਬੁਹਤ ਹੀ ਸਾਦੇ ਦਿਮਾਗਾਂ ਦੇ ਮਾਲਕ ਹਾਂ, ਸਾਡੇ ਸਾਦੇ ਨਾ ਹੋਣ ਦੇ ਦਿਖਾਵੇ ਅਤੇ ਪ੍ਰਗਟਾਵੇ ਕਰਨ ਦੀ ਚਾਹ ਏਹੀ ਦਰਸ਼ਾਉਂਦੀ ਹੈ।

ਮੋਮਬੱਤੀਆਂ ਜਗਾ ਕੇ ਜੇ ਸਰਕਾਰਾਂ ਜਾਗਦੀਆਂ ਹੁੰਦਿਆ ਤਾਂ ਭਾਰਤ ਅੱਜ ਇਕ ਵਿਕਸਤ ਦੇਸ਼ ਹੋਣਾ ਸੀ। ਮੋਮ ਦੇ ਬਣੇ ਮੋਮੀ ਕਾਗਜ਼ ਵਰਗੇ ਲੋਕ ਮੋਮਬੱਤੀਆਂ ਜਗਾ ਕੇ ਇੰਸਾਫ ਦੀ ਇੱਛਾ ਰੱਖਦੇ ਹਨ, ਇਹਨਾਂ ਨੂੰ ਇਹ ਸਮਝਣਾ ਪਵੇਗਾ ਕੇ ਮੋਮਬੱਤੀ ਉਸ ਵੇਲੇ ਜਗਾਈ ਜਾਂਦੀ ਹੈ ਜਦੋਂ ਹਨੇਰਾ ਹੋ ਜਾਵੇ ਅਤੇ ਰੌਸ਼ਨੀ ਦਾ ਕੋਈ ਹੋਰ ਸਾਧਨ ਬਿਲਕੁਲ ਹੀ ਨਾ ਹੋਵ। ਜਿਵੇ ਬਿਜਲੀ ਅਤੇ ਬੱਲਬ ਨੇ ਮੋਮਬੱਤੀਆਂ ਨੂੰ ਖੁੰਜੇ ਲਾ ਦਿੱਤਾ ਹੈ, ਉਸੇ ਤਰਾਂ ਸਾਨੂੰ ਵੀ ਇੰਸਾਫ ਲੈਨ ਲਈ ਕੋਈ ਹੋਰ ਵਸੀਲੇ ਕਰਨੇ ਹੀ ਪੈਣਗੇ।. ਮਹਿਜ ਮੋਮਬੱਤੀਆਂ ਕੁਝ ਨਹੀਂ ਕਰਨਗੀਆਂ, ਉਹ ਜਲਦੀ ਹੀ ਪਿਗੱਲ ਜਾਣ ਗਈਆਂ ਅਤੇ ਫਿਰ ਉਹ ਮੋਮ ਤੁਹਾਡੇ ਆਪਣੇ ਹੀ ਹੱਥ ਸਾੜਨ ਦਾ ਕਮ ਕਰੇਗੀ ।

ਫ਼ਾਲਤੂ ਬੋਲਣ ਵਾਲੇ ਮਨੁੱਖ ਤੇ ਗੁੱਸਾ ਆ ਹੀ ਜਾਂਦਾ ਹੈ, ਪਰ ਕਿਸੇ ਮਿੱਤਰ ਦਾ ਚੁੱਪ ਹੀ ਹੋ ਜਾਣਾ ਸਭ ਤੋਂ ਦੁਖਦਾਈ ਸਾਬਤ ਹੁੰਦਾ ਹੈ।

ਇਹ ਨਾ ਪੁੱਛੋ ਕੇ ਉਸਨੂੰ ਇੰਨਾ ਸਬਰ ਕਿਥੋਂ ਮਿਲਦਾ ਹੈ।। ਪੁੱਛਣਾ ਹੈ ਤਾਂ ਇਹ ਪੁੱਛੋ ਕੇ ਤੁਹਾਨੂੰ ਤੁਹਾਡੀ ਬੇਸਬਰੀ ਕਿਥੋਂ ਮਿਲ ਰਹੀ ਹੈ।

ਵਹਿਮ ਨੂੰ ਸਮੇਂ ਸਿਰ ਨਾ ਭੰਨਿਆ ਜਾਵੇ ਤਾਂ ਅਕਸਰ ਉਹ ਵਿਸ਼ਵਾਸ ਦਾ ਰੂਪ ਧਾਰਨ ਕਰ ਲੈਂਦਾ ਹੈ।

ਕਈ ਵਾਰ ਕੋਈ ਸੰਦੇਸ਼ ਨਾ ਆਉਣਾ ਵੀ ਇਕ ਸੰਦੇਸ਼ ਹੀ ਹੁੰਦਾ ਹੈ।

ਜੇ ਕਦੀ ਕਿਸੇ ਪੁਰਾਣੇ ਦੋਸਤ ਨੂੰ ਕਾਫ਼ੀ ਦੇਰ ਬਾਅਦ ਫ਼ੋਨ ਕਰੋ ਤੇ ਅੱਗਿਓਂ ਓਹ ਇਹ ਕਹੇ ਕਿ ਦੱਸੋ ਕੀ ਗੱਲ ਕਰਨੀ ਸੀ, ਤਾਂ ਓਸ ਗੱਲ ਤੋਂ ਅਗੇ ਕੋਈ ਗੱਲ ਕਰਨ ਦੀ ਲੋੜ ਨਹੀਂ ਰਹਿ ਜਾਂਦੀ ।

ਅੱਜ ਦੇ ਜ਼ਮਾਨੇ ਵਿਚ ਆਪਾਂ ਕਾਮਨ ਸੈਂਸ (Common Sense) ਨੂੰ ਤੀਜੀ ਅੱਖ ਵੀ ਕਹਿ ਸਕਦੇ ਹਾਂ।

ਕੁਝ ਲੋਕ ਤੁਹਾਡੀ ਗੱਲ ਸੁਣਨ ਤੇ ਇੰਕਾਰ ਕੀਤੇ ਬਿਨਾ ਹੀ ਤੁਹਾਨੂੰ ਇਹ ਅਹਿਸਾਸ ਕਰਾ ਦਿੰਦੇ ਹਨ ਕੇ ਉਹਨਾਂ ਨੂੰ ਤੁਹਾਡੀ ਗੱਲ ਸੁਣਨ ਵਿਚ ਕੋਈ ਰੁਚੀ ਨਹੀਂ ਹੈ।

ਹੁਕਮ ਤੇ ਪਿਆਰ ਵਿਚ ਕੋਈ ਬਹੁਤਾ ਅੰਤਰ ਨਹੀਂ ਹੈ। ਜੋ ਤੁਹਾਡੇ ਸਾਮਣੇ ਹੈ ਉਸ ਨੂੰ ਬਿਨਾ ਕਿਸੇ ਸ਼ਰਤ ਸਵੀਕਾਰ ਕਰ ਲੈਣਾ ਹੁਕਮ ਅਤੇ ਪਿਆਰ, ਦੋਵਾਂ ਦੀ ਪਰਿਭਾਸ਼ਾ ਹੈ।

ਕੁਝ ਚੀਜਾਂ ਸਾਨੂੰ ਉਹਨਾਂ ਨਾਲ ਜੁੜੀਆਂ ਯਾਦਾਂ ਕਰ ਕੇ ਹੀ ਪਸੰਦ ਹੁੰਦੀਆਂ ਹਨ।

ਸਿਆਣਾ ਬੰਦਾ ਇਸ ਲਈ ਸਿਆਣਾ ਨਹੀਂ ਹੁੰਦਾ ਕਿ ਓਹ ਗਲਤੀਆਂ ਨਹੀਂ ਕਰਦਾ, ਸਗੋਂ ਇਸ ਲਈ ਸਿਆਣਾ ਹੁੰਦਾ ਹੈ ਕੇ ਉਸਨੇ ਜੋ ਵੀ ਗਲਤੀਆਂ ਕੀਤੀਆਂ ਹੁੰਦੀਆਂ ਹਨ, ਉਹਨਾਂ ਤੋਂ ਉਸਨੇ ਸਿੱਖ ਲਈ ਹੁੰਦੀ ਹੈ ।

ਅਸੀਂ ਅਕਸਰ ਕਿਸੇ ਨੂੰ ਸੁਧਾਰਣ ਲਈ ਉਸਦੀ ਓਹਨਾ ਆਦਤਾਂ ਤੇ ਨਿਸ਼ਾਨਾ ਕੱਸਦੇ ਹਾਂ ਜੋ ਸਾਨੂੰ ਸਾਹਮਣੇ ਦਿੱਖ ਰਹੀਆਂ ਹੁੰਦੀਆਂ ਹਨ ਪਰੰਤੂ ਨਿਸ਼ਾਨਾ ਓਹਨਾ ਕਾਰਨਾਂ ਤੇ ਕੱਸਣਾ ਚਾਹੀਦਾ ਹੈ ਜਿਹਨਾਂ ਕਾਰਨ ਓਹ ਮਾੜੀਆਂ ਅਦਾਤਾਂ ਨੇ ਜਨਮ ਲਿਆ ਹੁੰਦਾ ਹੈ।

ਤੁਸੀਂ ਕਿਸੇ ਵਿਅਕਤੀ ਨੂੰ ਕਿੰਨਾ ਕੁ ਪਸੰਦ ਕਰੋਗੇ ਇਹ ਤਾਂ ਬਾਰ-ਬਾਰ ਮਿਲਣ ਪਿੱਛੋਂ ਹੀ ਪਤਾ ਲਗਦਾ ਹੈ ਪਰੰਤੂ ਤੁਸੀਂ ਕਿਸੇ ਵਿਅਕਤੀ ਨੂੰ ਬਾਰ-ਬਾਰ ਮਿਲਣਾ ਚਾਉਂਦੇ ਹੋ ਜਾਂ ਨਹੀਂ, ਇਹ ਪਹਿਲੀ ਮੁਲਕਾਤ ਵਿਚ ਹੀ ਪਤਾ ਲੱਗ ਜਾਂਦਾ ਹੈ।

ਧਰਮ ਦੇ ਰਾਹ ਤੇ ਇਹ ਸਮਝ ਆ ਜਾਂਦਾ ਹੈ ਕਿ ਕੀ ਨਹੀਂ ਕਰਨਾ ਚਾਹੀਦਾ ਜਾਂ ਕੀ ਕਰਨ ਦਾ ਫਾਇਦਾ ਨਹੀਂ ਹੋਵੇਗਾ, ਪਰੰਤੂ ਇਹ ਸਮਝਣਾ ਬਹੁਤ ਮੁਸ਼ਕਿਲ ਹੈ ਕਿ ਕੀ ਕਰੀਏ।

ਮੂੰਹ ਤੇ ਗੱਲ ਕਹਿ ਦੇਣੀ ਵੱਡੀ ਗੱਲ ਹੁੰਦੀ ਹੈ, ਪਰ ਇਹ ਵੀ ਯਾਦ ਰਹੇ ਕੇ ਹਮੇਸ਼ਾ ਬੁਰੀਆਂ ਆਦਤਾਂ ਹੀ ਮੂੰਹ ਤੇ ਨਾ ਕਹੀਆਂ ਜਾਣ, ਬੰਦੇ ਦੀ ਤਰੀਫ਼ ਵੀ ਮੂੰਹ ਤੇ ਹੀ ਕਰਨੀ ਚਾਹੀਦੀ ਹੈ ਤਾਂ ਜੋ ਤੁਸੀਂ ਸਿਰਫ਼ ਨਕਾਰਾਤਮਕਤਾ ਫੈਲਾਉਣ ਦਾ ਕੰਮ ਨਾ ਕਰੋ।

ਕੁਝ ਕਿਸਮਤ ਵਾਲੇ ਲੋਕਾਂ ਨੂੰ ਅਜਿਹੇ ਮਿੱਤਰ ਮਿਲਦੇ ਹਨ ਜੋ ਉਹਨਾਂ ਨੂੰ ਆਪਣੀ ਮਿਤੱਰਤਾ ਰਾਹੀਂ, ਮਿਤਰਤਾ ਦਾ ਮਤਲਬ ਸਮਝਾ ਦਿੰਦੇ ਹਨ ।

ਤੁਹਾਡਾ ਅੰਤ ਓਥੇ ਹੀ ਹੁੰਦਾ ਹੈ ਜਿੱਥੋਂ ਤੁਸੀਂ ਸ਼ੁਰੂਆਤ ਕੀਤੀ ਸੀ। ਵਿਚਾਲੇ ਦੇ ਪੈਂਡੇ ਅਤੇ ਰਾਹ ਵਿਚਾਲੇ ਹੀ ਰਹਿ ਜਾਂਦੇ ਹਨ।

ਸਮਖਿਆਲੀ ਲੋਕਾਂ ਨਾਲ ਸਮਾਂ ਬਿਤਾ ਕੇ ਸੁਖ ਮਿਲਦਾ ਹੈ ਪਰੰਤੂ ਸਿੱਖਦੇ ਰਹਿਣ ਲਈ ਵੱਖ ਵੱਖ ਮਾਨਸਿਕ ਅਵਸਥਾ ਦੇ ਲੋਕਾਂ ਨੂੰ ਮਿਲਦੇ ਰਹਿਣਾ ਬੇਹਦ ਲਾਭਦਾਇਕ ਸਾਬਿਤ ਹੁੰਦਾ ਹੈ।

ਦਿਮਾਗੀ ਸਿਹਤ ਦੇ ਵਿਸ਼ੇ ਵਿਚ ਆਪਣੀ ਸਭ ਤੋਂ ਵੱਡੀ ਭੁੱਲ ਇਹ ਰਹੀ ਹੈ ਕੇ ਅਸੀਂ ਸੋਚਦੇ ਹਾਂ ਕੇ ਜੋ ਮਨੁਖ ਹੱਸਦੇ ਰਹਿੰਦੇ ਹਨ ਉਹ ਖੁਸ਼ ਹਨ, ਅਸਲ ਵਿਚ ਹੱਸ ਖੇਲ ਕੇ ਵਿਚਰਨਾ ਇਕ ਆਦਤ ਹੁੰਦੀ ਹੈ, ਜ਼ਰੂਰੀ ਨਹੀਂ ਹੁੰਦਾ ਕਿ ਓਹ ਹਾਸੇ ਪਿੱਛੇ ਖੁਸ਼ੀ ਵੀ ਹੋਵੇ।

ਅਸਲ ਵਿਚ ਸਿਆਣਾ ਓਹ ਨਹੀਂ ਹੁੰਦਾ ਜਿਸਨੂੰ ਸਭ ਪਤਾ ਹੁੰਦਾ ਹੈ। ਅਸਲ ਸਿਆਣਾ ਓਹ ਹੈ ਜਿਸਨੂੰ ਇਹ ਪਤਾ ਹੁੰਦਾ ਹੈ ਕਿ ਉਸਨੂੰ ਸਭ ਨਹੀਂ ਪਤਾ।

ਸਾਨੂੰ ਇਹ ਸਮਝ ਲੈਣਾ ਪਾਵੇਗਾ ਕਿ ਕਿਸੇ ਭਾਂਡੇ ਚੋਂ ਭਾਫ ਉਦੋਂ ਹੀ ਨਿਕਲਦੀ ਹੈ ਜਦ ਪਹਿਲਾਂ ਉਸ ਚੋਂ ਧੂਆਂ ਨਿਕਲਿਆ ਹੋਵੇ.. ਇਸ ਦਾ ਮਤਲਬ ਇਹ ਹੈ ਕੇ ਜੇ ਤੁਹਾਨੂੰ ਦੁਨੀਆ ਦਾ ਸੇਕ ਕੁਝ ਵਧੇਰਾ ਵਯਤੀਤ ਹੋ ਰਿਹਾ ਹੋਵੇ ਤਾਂ ਡਟ ਕੇ ਸੇਕ ਦਾ ਸਾਹਮਣਾ ਕਰਨਾ, ਕਿਉਂਕਿ ਇਸ ਸੇਕ ਤੋਂ ਬਾਅਦ ਜਦੋਂ ਠੰਡਾ-ਠੰਡਾ ਪਾਣੀ ਤੁਹਾਡੇ ਉੱਤੇ ਪਵੇਗਾ ਤਾਂ ਭਾਫ ਦਾ ਸੁਖ ਵੀ ਤੁਸੀਂ ਹੀ ਮਾਣੋਗੇ। ਪਰ ਜੇਕਰ ਤੁਸੀਂ ਸੇਕ ਤੋਂ ਡਰ ਗਏ ਤਾਂ ਸ਼ਾਇਦ ਤੁਸੀਂ ਹਮੇਸ਼ਾ ਲਈ ਭਾਂਡੇਆਂ ਵਾਲੀ ਅਲਮਾਰੀ ਵਿਚ ਬੰਦ ਰਹਿ ਜਾਵੋਗੇ ।

ਅਮੀਰ ਦੇਸ਼ ਦੇ ਲੋਕਾਂ ਵਿਚ ਗਰੀਬ ਦੇਸ਼ ਦੇ ਲੋਕਾਂ ਨਾਲੋ ਵਧ ਨੈਤਿਕਤਾ ਨਹੀਂ ਹੁੰਦੀ। ਇਹ ਧਾਰਨਾ ਇਸ ਕਰਕੇ ਬਣ ਗਈ ਹੈ ਕਿਉਂਕਿ ਉਹਨਾਂ ਅਮੀਰ ਦੇਸ਼ਾਂ ਵਿਚ ਅਮੀਰੀ ਕਾਰਨ ਜ਼ਿੰਦਗੀ ਇੰਨੀ ਅਸਾਨ ਹੁੰਦੀ ਹੈ ਕਿ ਅਕਸਰ ਓਹਨਾ ਨੂੰ ਕੰਮ ਕਰਵਾਉਣ ਲਈ ਟੇਢੇ ਤਰੀਕੇ ਅਪਨਾਉਣੇ ਨਹੀਂ ਪੈਂਦੇ ਪਰ ਸਚ ਤਾਂ ਇਹ ਹੈ ਕੇ ਜਦ ਲੋੜ ਪਵੇ ਤਾਂ ਉਹ ਨੈਤਿਕਤਾ ਨੂੰ ਪਿੱਠ ਦਿਖਾਉਣ ਵਿਚ ਮਿੰਟ ਵੀ ਨਹੀਂ ਲਗਾਉਂਦੇ।

ਲੋਕੀ ਅਕਸਰ ਪਿਆਜ਼ ਵਰਗੇ ਹੁੰਦੇ ਹਨ। ਉਹਨਾਂ ਨੂੰ ਜਾਨਣ ਲਈ ਓਹਨਾਂ ਨੂੰ ਕਟ ਕੇ ਖੋਲਣ ਨਾਲੋਂ ਉਹਨਾਂ ਨੂੰ ਛਿੱਲਣ ਦਾ ਯਤਨ ਕਰਨਾ ਵਧੇਰੇ ਲਾਭਦਾਰ ਹੁੰਦਾ ਹੈ ਕਿਉਂਕਿ ਓਹਨਾਂ ਦੀ ਹਰ ਪਰਤ ਤੁਹਾਨੂੰ ਓਹਨਾਂ ਬਾਰੇ ਹੋਰ ਜਾਣਕਾਰੀ ਦਿੰਦੀ ਹੈ, ਅਤੇ ਇਸ ਸਭ ਵਿਚ ਤੁਹਾਡਾ ਰੋਣ ਵੀ ਨਿਕਲ ਸਕਦਾ ਹੈ।

ਅਸੀਂ ਕੁਦਰਤ ਨੂੰ ਸ਼ਾਇਦ ਇਸ ਲਈ ਪਸੰਦ ਕਰਦੇ ਹਾਂ ਕਿਉਂਕਿ ਉਹ ਸਾਡੇ ਨਾਲ ਮੁਲਾਂਕਣ ਨਹੀਂ ਕਰਦੀ। ਤੁਸੀਂ ਜਿੱਦਾਂ ਦੇ ਵੀ ਹੋ, ਓਦਾਂ ਦੇ ਹੀ ਬਣ ਕੇ ਰਹਿ ਅਤੇ ਘੁੰਮ ਸਕਦੇ ਹੋ ।

ਜੇ ਬਹੁਤੇ ਲੋਕ ਤੱਥਾਂ ਦੀ ਜਾਂਚ ਕਰਨ ਲਗ ਜਾਣ, ਤਾਂ ਉਹ ਸੱਤਾ ਦੇ ਫੱਟੇ ਚੱਕ ਸਕਦੇ ਹਨ, ਅਤੇ ਸੱਤ ਦਾ ਕੀਲਾ ਗੱਡ ਸਕਦੇ ਹਨ ।

ਜੋ ਚੀਜ਼ ਤੁਸੀਂ ਆਪ ਮਹਿਸੂਸ ਕਰ ਲਵੋ, ਓਹ ਕਦੀ ਕਿਸੇ ਨੂੰ ਤੁਹਾਨੂੰ ਮਹਿਸੂਸ ਨਹੀ ਕਰਾਉਣੀ ਪੈਂਦੀ, ਪਰ ਜੋ ਚੀਜ਼ ਤੁਹਾਨੂੰ ਆਪ ਮਹਿਸੂਸ ਨਾ ਹੋਵੇ, ਉਹ ਕਦੀ ਕਿਸੇ ਦੇ ਮਹਿਸੂਸ ਕਰਾਇਆਂ ਵੀ ਮਹਿਸੂਸ ਨਹੀਂ ਹੋਵੇਗੀ।

ਕਿਸੇ ਵੀ ਵਸਤੂ ਜਾਂ ਗੱਲ ਨੂੰ ਬਿਨਾ ਸਮਝੇ ਨਾਕਾਰ ਦੇਣਾ ਉਸ ਵਸਤੂ ਜਾਂ ਗੱਲ ਬਾਰੇ ਘੱਟ ਦੱਸਦਾ ਹੈ ਅਤੇ ਤੁਹਾਡੇ ਬਾਰੇ ਵੱਧ।

ਸਵੇਰੇ ਸਵੇਰੇ ਜੇਕਰ ਕੋਈ ਠੇਕੇ ਬਾਹਰ ਠੇਕਾ ਖੁੱਲਣ ਦੀ ਉਡੀਕ ਕਰ ਰਿਹਾ ਹੋਵੇ ਤਾਂ ਲੋਕ ਉਸਨੂੰ ਦਾਰੂ ਦੀ ਲੱਤ ਦਾ ਸ਼ਿਕਾਰ ਦਸਦੇ ਹਨ ਪਰੰਤੂ ਜੇ ਇਹੀ ਬੰਦਾ ਸਵੇਰੇ ਜਿਮ ਖੁੱਲਣ ਤੋਂ ਪਹਿਲਾਂ ਬਾਹਰ ਕਾਰ ਵਿਚ ਉਡੀਕ ਕਰਦਾ ਹੋਵੇ ਤਾਂ ਇਸਨੂੰ ਲੋਕ ਅਨੁਸ਼ਾਸਨ ਕਹਿ ਦਿੰਦੇ ਹਨ । ਜਾਪਦਾ ਹੈ ਕਿ ਅਨੁਸ਼ਾਸਨ ਦੋਹਾਂ ਵਿਚ ਹੀ ਹੈ ਬਸ ਫਰਕ ਇੰਨਾ ਹੈ ਕਿ ਅੰਦਰੋਂ ਤਾਂਗ ਕਿਸ ਚੀਜ਼ ਦੀ ਹੈ।

ਭੁਲੇਖੇ ਕਦੀ ਵੀ ਸੋਚ ਸਮਝ ਕੇ ਨਹੀਂ ਪਾਲੇ ਜਾਂਦੇ ਅਤੇ ਇਹ ਟੁੱਟਦੇ ਵੀ ਅਚਾਨਕ ਹੀ ਹੁੰਦੇ ਹਨ।

ਮੂੰਹ ਤੇ ਗੱਲ ਕਰਨੀ ਔਖੀ ਹੁੰਦੀ ਹੈ ਪਰ ਮੂੰਹ ਤੇ ਗੱਲ ਸੁਣ ਕੇ ਉਸਨੂੰ ਸਹਿ ਲੈਣਾ ਅਤੇ ਉਸਨੂੰ ਸਮਝਣ ਦਾ ਯਤਨ ਕਰਨਾ ਉਸਤੋਂ ਵੀ ਔਖਾ ਹੁੰਦਾ ਹੈ।

ਇਹ ਜ਼ਰੂਰੀ ਨਹੀਂ ਹੁੰਦਾ ਕਿ ਹਰੇਕ ਵਧੀਆ ਬੁਲਾਰਾ ਇਕ ਵਧੀਆ ਆਗੂ ਵੀ ਹੋਵੇ ਪਰ ਹਰੇਕ ਆਗੂ ਦਾ ਇਕ ਵਧੀਆ ਬੁਲਾਰਾ ਹੋਣਾ ਬੁਹਤ ਜ਼ਰੂਰੀ ਹੁੰਦਾ ਹੈ।

ਪਰਮਾਤਮਾ ਨੂੰ ਆਖੋ ਕਿ ਰੱਬਾ ਮੈਨੂੰ ਬੱਲ ਬਖਸ਼ੀਂ, ਤੇ ਓਹ ਤੁਹਾਨੂੰ 'ਮਨੋਬਲ' ਬਖਸ਼ੇਗਾ।

ਮੁਸ਼ਕਿਲ ਇਹ ਨਹੀਂ ਸੀ ਕੇ ਜਵਾਬ ਕੀ ਦਈਏ, ਮੁਸ਼ਕਿਲ ਇਹ ਸੀ ਕੇ ਜਵਾਬ ਉਹਨਾਂ ਨੂੰ ਪਹਿਲਾਂ ਹੀ ਪਤਾ ਸੀ।

ਭਰੋਸੇ ਦੇ ਕਾਰਨ ਪਿਆਰ ਨਹੀ ਹੁੰਦਾ, ਜਿਸ ਨਾਲ ਪਿਆਰ ਹੁੰਦਾ ਹੈ ਉਸ 'ਤੇ ਭਰੋਸਾ ਬੱਝ ਜਾਂਦਾ ਹੈ।

ਸਵੇਰ ਦਾ ਵੇਲਾ ਮਨ ਨੂੰ ਸ਼ਾਂਤ ਨਹੀਂ ਕਰਦਾ, ਅਸਲ ਵਿੱਚ ਦੁਪਹਿਰ ਤੇ ਸ਼ਾਮ ਦੀਆਂ ਭਟਕਣਾ ਮਨ ਨੂੰ ਭਟਕਾਉਂਦੀਆਂ ਹਨ।

ਅੱਜ ਦੇ ਲੋਕ ਸਿੱਖੀ ਤੋਂ ਦੂਰ ਨਹੀਂ ਹੋ ਰਹੇ, ਅਸਲ ਵਿੱਚ ਜਿਹੜੇ ਮਾੜੇ ਲੋਕ ਸੀ ਉਹ ਸਿੱਖੀ ਦੇ ਲਾਗੇ ਹੀ ਨੀ ਪੁਹੰਚ ਪਾਏ।

ਸਹਿਤਮੰਦ ਬੰਦੇ ਤਾਜ਼ਾ ਖਾਣਾ ਨਹੀ ਖਾਂਦੇ, ਪਰੰਤੂ ਜਿਹੜੇ ਤਾਜ਼ਾ ਖਾਣਾ ਖਾਂਦੇ ਨੇ ਉਹੀ ਸਹਿਤਮੰਦ ਹੁੰਦੇ ਹਨ।

ਜੰਗਲ ਦੀ ਅੱਗ ਕਰਕੇ 'ਹੇਜ਼' (haze) ਨਹੀਂ ਹੋਈ, ਪਰੰਤੂ ਇਹ ਵਾਤਾਵਰਣ ਪ੍ਰਤੀ ਹੇਜ਼ ਨਾ ਕਰਨ ਦਾ ਨਤੀਜਾ ਹੈ।

ਟੂਣੇ ਕਰਣ ਨਾਲ ਅੰਧਵਿਸ਼ਵਾਸ ਨਹੀ ਵੱਧਦਾ। ਅੰਧਵਿਸ਼ਵਾਸੀ ਲੋਕ ਹੀ ਟੂਣੇ ਕਰਦੇ ਹੁੰਦੇ ਹਨ।

ਗੁੱਸੇ ਕਾਰਨ ਬੰਦਾ ਆਪਣਾ ਆਪਾ ਨਹੀਂ ਗਵਾਉਂਦਾ, ਸਗੋਂ, ਜਿਹਨਾਂ ਨੂੰ ਆਪੇ ਦੀ ਸਮਝ ਨਹੀਂ ਹੁੰਦੀ ਉਹੀ ਗੁੱਸਾ ਕਰਦੇ ਹਨ ।

ਉਸਦੇ ਐਥਿਕਸ (ethics) ਮਾੜੇ ਨਹੀਂ ਸਨ, ਪ੍ਰੰਤੂ ਉਸਦੀ ਤਰਕਸੰਗਤ ਬਣਾਉਣ (to rationalize) ਦੀ ਕਲਾ ਬਹੁਤ ਜ਼ਿਆਦਾ ਸੀ ।

ਡੂੰਗੀਆਂ ਗੱਲਾਂ ਅਕਸਰ ਪਹਿਲੀ ਵਾਰ ਸੁਣਨ 'ਚ ਹਲਕੀਆਂ ਲਗਦੀਆਂ ਹਨ, ਪਰੰਤੂ ਉਹਨਾ ਦਾ ਅਰਥ ਸਮਝਦੇ ਸਮਝਦੇ ਉਹਨਾਂ ਦਾ ਅਸਲ ਭਾਰ ਪਤਾ ਲਗ ਜਾਂਦਾ ਹੈ।

ਸਾਡੀ ਜ਼ਿੰਦਗੀ ਦਾ ਹਰ ਨਵਾ ਦਿਨ, ਸਾਨੂੰ ਇਕ ਦਿਨ ਹੋਰ ਪੁਰਾਣਾ ਕਰ ਦਿੰਦਾ ਹੈ।

ਉਸਨੇ ਮਾਸਕ ਪਹਿਣ ਕਿ, ਆਪਣਾ ਮੂੰਹ ਕੋਵਿਡ ਤੋਂ ਤੇ ਆਪਣੀ ਰੂੜੀਵਾਦੀ ਸੋਚ ਨੂੰ ਦੁਨੀਆਂ ਤੋਂ, ਲੁਕਾ ਲਿਆ ਸੀ।

ਮੇਰੇ ਪਸੰਦੀਦਾ ਲੋਕਾਂ ਦੀਆਂ ਪਸੰਦੀਦਾ ਚੀਜ਼ਾਂ ਮੇਰੀਆਂ ਪਸੰਦ ਦੀਆਂ ਹੋ ਹੀ ਜਾਂਦੀਆਂ ਹਨ।

ਦੂਜਿਆਂ ਦੇ ਗ਼ਲਤ ਫ਼ੈਸਲੇ ਆਸਾਨੀ ਨਾਲ ਦਿੱਖ ਜਾਂਦੇ ਨੇ, ਪਰੰਤੂ ਆਪਣੇ ਲਈ ਸਹੀ ਫ਼ੈਸਲੇ ਲੈਣੇ ਬਹੁਤ ਮੁਸ਼ਕਿਲ ਹੁੰਦੇ ਹਨ ।

ਉਸਨੇ ਝੂਠ ਬੋਲਕੇ ਧੋਖਾ ਨਹੀਂ ਸੀ ਦਿੱਤਾ, ਅਸਲ 'ਚ, ਉਸਨੂੰ ਬੋਲ ਪਗਾਉਣ ਦਾ ਅਰਥ ਹੀ ਨਹੀਂ ਪਤਾ ਸੀ ।

ਉਸਨੇ 'ਐਥੀਕਸ' ਦੀ ਕਲਾਸ ਵਿਚ ਅੱਖਾਂ 'ਚ ਅੱਖਾਂ ਪਾ ਕੇ ਝੂਠ ਬੋਲ ਕੇ ਮਾਨ ਮਹਿਸੂਸ ਕੀਤਾ।

ਆਪਾਂ ਦੁਨੀਆਂ ਵਿਚ ਹੰਕਾਰ ਤੋਂ ਬਿਨਾ ਵੀ ਜਿੱਤ ਪ੍ਰਾਪਤ ਕਰ ਸਕਦੇ ਹਾਂ ਪਰੰਤੂ ਜ਼ਿੰਦਗੀ ਕਦੇ ਹੰਕਾਰ ਨਾਲ ਜਿੱਤੀ ਨਹੀਂ ਜਾ ਸਕਦੀ ।

ਪੈਸੇ ਲੁੱਟ ਲੈਣੇ ਬੜਾ ਮਾੜਾ ਕੰਮ ਹੈ, ਪ੍ਰੰਤੂ ਕਿਸੇ ਦਾ ਹੱਕ ਮਾਰ ਲੈਣਾ ਬੇਜ਼ਮੀਰੀ ਵਾਲਾ ਕੰਮ ਹੁੰਦਾ ਹੈ ।

ਕਿਸੇ ਦੀ ਗੱਲ ਕੱਟ ਦੇਣੀ ਬਹੁਤੀ ਸੌਖਾ ਹੈ, ਪ੍ਰੰਤੂ ਤੁਹਾਨੂੰ ਕੋਈ ਬਿਨਾ ਕੱਟੇ ਸੁਣ ਸਕੇ, ਏਦਾਂ ਦਾ ਰੁਤਬਾ ਬਣਾਉਣਾ ਬਹੁਤ ਕਠਿਨ ਹੁੰਦਾ ਹੈ।

ਦਰਵਾਜਾ ਇਕ ਹੀ ਹੁੰਦਾ ਹੈ। ..ਉਸ 'ਚੋਂ ਨਿਕਲ ਕੇ ਅਸੀਂ ਸਾਰੀ ਦੁਨੀਆ ਘੁੰਮ ਲੈਂਦੇ ਹਾਂ ਪਰ ਆਖ਼ਰ ਉਸ 'ਚੋਂ ਹੀ ਵਾਪਸ ਜਾਣਾ ਪੈਂਦਾ ਹੈ।

ਕਮਰੇ ਅਤੇ ਜ਼ਿੰਦਗੀ ... ਦੋਹਾਂ ਵਿੱਚ ਹੀ ਪਰਦਿਆਂ
ਦੀ ਬਹੁਤ ਮਹਤੱਵਤਾ ਹੁੰਦੀ ਹੈ।

ਉਹ ਗੱਲਾਂ ਤੇ ਪਰਦੇ ਵਾਲੀਆਂ ਕਰ ਰਿਹਾ ਸੀ, ਪ੍ਰੰਤੂ ਉਸ ਦੇ ਖੁਦ ਦੇ ਕਮਰੇ ਦੇ ਦਰਵਾਜੇ ਤੇ ਕੁੰਡੀ ਨਹੀਂ ਸੀ।

ਖਾਣੇ ਦਾ ਸਵਾਦ ਹੋਣਾ ਤੇ ਸਵਾਦ ਲੈ ਕੇ ਖਾਣਾ ਇਕੋ ਗੱਲ ਨਹੀਂ ਹੁੰਦੀ।

ਜ਼ਿੰਦਗੀ ਜਿਆਦਾ ਲੰਬੀ ਨਹੀਂ ਹੁੰਦੀ, ਆਪਾਂ ਨੂੰ ਹੀ ਬਹੁਤ ਸਮਾ ਹੋਣ ਦਾ ਭੁਲੇਖਾ ਹੁੰਦਾ ਹੈ।

ਜ਼ਿੰਦਗੀ ਜਿਓਈ ਹਮੇਸ਼ਾ ਅਗਾਂਹ ਵੱਲ ਨੂੰ ਜਾਂਦੀ ਹੈ, ਪਰੰਤੂ ਇਸਦੀ ਸਮਝ ਪਿਛਾਂ ਵੱਲ ਨੂੰ ਹੀ ਆਉਦੀ ਹੈ।

ਅਸੀਂ ਇਸ ਲਈ ਨਹੀਂ ਪੜ੍ਹਦੇ ਕੇ ਨੌਕਰੀ ਲੱਭ ਸਕੀਏ, ਪਰੰਤੂ ਇਸ ਲਈ ਪੜ੍ਹਦੇ ਹਾਂ ਕੇ ਅਸੀਂ ਆਪਣੀ ਸੋਚਣ ਸ਼ਕਤੀ ਵਧਾ ਸਕੀਏ ਅਤੇ ਇੰਜ ਕਰਦੇ ਹੋਏ ਅਸੀਂ ਆਪ ਨੌਕਰੀ ਦੇ ਯੋਗ ਹੋ ਜਾਂਦੇ ਹਾਂ।

ਉੱਚੀ ਆਵਾਜ਼ ਵਿੱਚ ਬੋਲਣ ਵਾਲੇ ਦਾ ਪੱਖ ਜਾਦਾਤਰ ਕਮਜ਼ੋਰ ਹੀ ਹੁੰਦਾ ਹੈ, ਸਮਝਦਾਰ ਆਦਮੀ ਹਮੇਸ਼ਾ ਸ਼ਾਂਤੀ ਨਾਲ ਹੀ ਗੱਲ ਕਰਦੇ ਨੇ।

ਅਧਿਆਪਕ ਲਈ ਪੜ੍ਹਾਉਣਾ ਸੌਖਾ ਹੁੰਦਾ ਹੈ ਪਰ ਸਮਝਾਉਣਾ ਆਸਾਨ ਨਹੀਂ ਹੁੰਦਾ।

ਤੁਸੀਂ ਕੁਝ ਸਿੱਖ ਕੇ ਕਿਸੇ ਨੂੰ ਸਿਖਾ ਤਾ ਸਕਦੇ ਹੋ.. ਪਰੰਤੂ ਅਧਿਆਪਕ ਬਣਨ ਲਈ ਤੁਹਾਡੇ ਵਿਚ ਸਹਿਨਸ਼ੀਲਤਾ ਹੋਣੀ ਵੀ ਜਰੂਰੀ ਹੈ।

ਆਦਮੀ ਦੇ ਸੁਬਾਹ ਦੀ ਵਿਲੱਖਣਤਾ ਦਾ ਤਰਾਜ਼ੂ ਉਸਦੀ ਜ਼ੁਬਾਨ ਹੁੰਦੀ ਹੈ, ਚੁਪ ਚਪੀਤੇ ਲੋਕ ਅਕਸਰ ਹੀ ਮੀਸਣੇ ਨਿਕਲਦੇ ਹਨ।

ਜੋ ਲੋਕ ਯਾਰੀਆਂ ਵਿਚ ਪੈਸੇ ਹੋਣ ਤੇ ਵੀ ਪੈਸੇ ਖਰਚਣ ਤੋਂ ਝਿਝਕਦੇ ਹਨ, ਓਹਨਾ ਦੇ ਪੈਸੇ ਤਾਂ ਬਚ ਜਾਂਦੇ ਨੇ ਪਰੰਤੂ ਯਾਰ ਖਰਚੇ ਜਾਂਦੇ ਹਨ।

ਮਾਸੂਮੀਅਤ ਅਤੇ ਚਲਾਕੀ ਵਿਚ ਫਰਕ ਇਤਨਾ ਹੀ ਹੈ ਕਿ ਮਾਸੂਮੀਅਤ ਚਲਾਕੀ ਨੂੰ ਕਦੀ ਸਮਝ ਨਹੀਂ ਸਕੀ ਅਤੇ ਚਲਾਕੀ ਨੇ ਮਾਸੂਮੀਅਤ ਨੂੰ ਕਦੀ ਕੁਝ ਸਮਝਿਆ ਹੀ ਨਹੀਂ।

ਕਿਸੇ ਦੀ ਮਜਬੂਰੀ ਸਮਝੇ ਬਿਨਾ ਉਸਨੂੰ ਜੱਜ (Judge) ਕਰਨਾ ਇਕ ਸਧਾਰਨ ਆਦਮੀ ਦੀ ਨਿਸ਼ਾਨੀ ਹੁੰਦੀ ਹੈ।

ਹਰ ਮੁੱਦਾ 'ਤੇ ਮੁਖ ਆਧਾਰ ਤੇ ਦੋ ਹੀ ਵੀਚਾਰ ਧਾਰਾਵਾਂ ਹੁੰਦੀਆਂ ਹਨ।। ਪਰੰਤੂ ਸਹੀ ਵੀਚਾਰ ਧਾਰਾ ਅਸਲ ਵਿਚ ਤੀਸਰੀ ਅਤੇ ਇਹਨਾ ਦੇ ਵਿਚਕਾਰ ਵਾਲੀ ਹੁੰਦੀ ਹੈ।

ਬਹਿਸ ਕਰਣੀ ਸੌਖੀ ਹੁੰਦੀ ਹੈ ਪਰ ਬਹਿਸ 'ਚੋ ਕੋਈ ਸਿੱਟਾ ਕੱਢਣਾ ਔਖਾ ਹੁੰਦਾ ਹੈ।

ਗਿਆਨ ਦੀ ਕੁਦਰਤ ਹੀ ਇਹ ਹੈ - ਤੁਸੀਂ ਆਪ ਤਾ ਸਭ ਸਮਝ ਜਾਂਦੇ ਹੋ ਪਰ ਦੂਜੇ ਨੂੰ ਕੁਝ ਨਹੀਂ ਸਮਝਾ ਸਕਦੇ।

ਅਵਤਾਰ ਆਪਣੇ ਸਮੇਂ ਤੋ ਪਹਿਲਾਂ ਨਹੀ ਆਉਂਦੇ ਤੇ ਉਹਨਾਂ ਦੀ ਗੱਲ ਵੀ ਸਮਾਂ ਪੈਣ ਤੇ ਹੀ ਸਮਝ ਆਉਦੀ ਹੈ।

ਕੁਝ ਚੀਜ਼ਾਂ ਦੇ ਪਤਾ ਹੋਣ ਬਾਰੇ ਸਾਨੂੰ ਨਹੀਂ ਪਤਾ ਹੁੰਦਾ ਪਰੰਤੂ ਕੁਝ ਚੀਜ਼ਾਂ ਦੇ ਨਾ ਪਤਾ ਹੋਣ ਬਾਰੇ ਸਾਨੂੰ ਸਭ ਪਤਾ ਹੁੰਦਾ ਹੈ ।

ਉਸਨੂੰ ਪੁਰਾਣੀਆਂ ਤੇ ਪੁਰਾਤਨ ਚੀਜ਼ਾ ਤਾਂ ਪਸੰਦ ਸਨ, ਪਰ ਉਸਨੂੰ ਪੁਰਾਣੀ ਸੋਚ ਦੇ ਲੋਕ ਵਧੀਆ ਨਹੀਂ ਲਗਦੇ ਸਨ।

ਕਈ ਵਾਰ ਗੁੱਸਾ ਇਸ ਕਰਕੇ ਨਹੀਂ ਆਉਂਦਾ ਕਿਉਂਕਿ ਆਪਣੇ ਤੇ ਇਲਜ਼ਾਮ ਲੱਗਾ ਹੈ, ਸਗੋਂ ਇਸ ਕਰਕੇ ਆਉਂਦਾ ਹੈ ਕੇ ਉਹ ਇਲਜ਼ਾਮ ਸੱਚਾ ਹੁੰਦਾ ਹੈ।

ਸਾਨੂੰ ਇਹ ਗੱਲ ਦਰੁਸਤ ਕਰ ਲੈਣੀ ਪਵੇਗੀ ਕੇ ਹੱਥ ਫੜ੍ਹਨਾ ਬਹੁਤ ਆਸਾਨ ਹੁੰਦਾ ਹੈ, ਪ੍ਰੰਤੂ ਹੱਥ ਛੱਡਣਾ ਉਸਤੋਂ ਵੀ ਅਸਾਨ ਹੁੰਦਾ ਹੈ ।

ਸਾਨੂੰ ਇਹ ਗੱਲ ਦਰੁਸਤ ਕਰ ਲੈਣੀ ਚਾਹੀਦੀ ਹੈ ਕੇ ਮੌਕੇ ਦੀ ਵਿੰਡੋ ਬਹੁਤ ਛੋਟੀ ਹੁੰਦੀ ਹੈ, ਇਸ ਕਰਕੇ ਇਹਨੂੰ ਦੇਖਣ ਦੀ ਬਜਾਏ ਉਸਤੇ ਐਕਸ਼ਨ ਲੈਣਾ ਫਾਇਦੇਮੰਦ ਹੁੰਦਾ ਹੈ।

ਜ਼ਰੂਰੀ ਨਹੀਂ ਕੇ ਹਮੇਸ਼ਾ ਦਰਵਾਜੇ ਖੁੱਲੇ ਹੋਣਗੇ, ਪਰ ਜ਼ਰੂਰੀ ਇਹ ਹੈ ਕੇ ਤੁਸੀ ਦਰਵਾਜਾ ਖੋਲਣ ਦੀ ਕੋਸ਼ੀਸ਼ ਕੀਤੇ ਬਿਨਾ ਨਾ ਮੁੜੋ।

ਦਰਵਾਜ਼ਾ ਓਨਾ ਚਿਰ ਦਰਵਾਜ਼ਾ ਨਹੀਂ ਬਣਦਾ ਜਿੰਨਾ ਚਿਰ ਤੁਹਾਡੇ 'ਦਰ' ਤੇ ਆਕੇ ਤੁਹਾਨੂੰ ਕੋਈ 'ਆਵਾਜ਼' ਨਹੀਂ ਮਾਰਦਾ ।

'ਮੱਤਲਬ' ਸ਼ਬਦ ਦਾ ਅਰਥ ਕਿਸੇ ਚੀਜ਼ ਵਿਚੋ 'ਮੱਤ' (ਅਕਲ) ਲਭਣਾ ਹੁੰਦਾ ਹੈ।

ਵੋਟ ਕਰਨ ਦਾ ਅਧਿਕਾਰ ਤੁਹਾਨੂੰ ਸ਼ਕਤੀਸ਼ਾਲੀ ਨਹੀਂ ਬਣਾਉਂਦਾ, ਤੁਹਾਡੀ ਸ਼ਕਤੀ ਹੀ ਤੁਹਾਨੂੰ ਵੋਟ ਦਾ ਅਧਿਕਾਰ ਦਵਾਉਂਦੀ ਹੈ।

ਜੇ ਤੁਸੀ ਸਿਰਫ ਉਹੀ ਕਿਤਾਬਾਂ ਪੜ੍ਹ ਰਹੇ ਹੋ ਜੋ ਸਾਰੇ ਲੋਕ ਪੜ੍ਹ ਰਹੇ ਹਨ, ਤਾਂ ਤੁਹਾਡੀ ਸੋਚ ਦਾ ਬਾਕੀ ਸਧਾਰਨ ਲੋਕਾਂ ਵਰਗਾ ਹੋਣਾ ਲਾਜ਼ਮੀ ਹੈ।

ਇਹ ਬਹੁਤ ਜ਼ਰੂਰੀ ਹੈ ਕੇ ਅਸੀਂ ਦੂਜੇਆਂ ਦੀ ਮਾਨਸਿਕ ਸ਼ਮਤਾ ਨੂੰ ਪਹਿਚਾਣੀਏ ਤੇ ਸਰਾਹੀਏ, ਪ੍ਰੰਤੂ ਉਸ ਤੋਂ ਵੀ ਵੱਧ ਜਰੂਰੀ ਇਹ ਹੈ ਕੀ ਅਸੀਂ ਆਪਣੀ ਮਾਨਸਿਕ ਸ਼ਮਤਾ ਨੂੰ ਵੀ ਪਹਿਚਾਣੀਏ ।

ਇਹ ਗੱਲ ਤਾਂ ਸਪਸ਼ਟ ਹੋ ਚੁੱਕੀ ਹੈ ਕੇ ਸਾਡੀਆਂ ਆਦਤਾਂ ਹੀ ਸਾਡੇ ਸੁਭਾਅ ਦਾ ਮੁੱਢ ਬੰਨਦੀਆਂ ਹਨ।

ਇਹ ਗੱਲ ਤਾਂ ਸਪਸ਼ਟ ਹੋ ਚੁੱਕੀ ਹੈ ਕੇ ਸਾਨੂੰ ਓਹ ਗਲਤ ਕੰਮ ਕਰਨੇ ਇੰਨੇ ਗਲਤ ਨਹੀਂ ਲਗਦੇ ਜੋ ਕਰਨ ਵਿਚ ਸਾਡਾ ਕੋਈ ਲਾਭ ਹੋਵੇ।

ਜੇਕਰ ਤੁਸੀਂ ਆਪਣਾ ਸੁਭਾਅ ਬਦਲਣਾ ਚਾਹੁੰਦੇ ਹੋ ਤਾਂ ਤੁਹਾਨੂੰ ਪਹਿਲਾ ਅਪਨੀਆਂ ਆਦਤਾਂ ਬਦਲਣੀਆਂ ਪੈਣਗੀਆਂ ।

ਕੰਧਾਂ ਭਾਵੇਂ ਲੱਖ ਖੜੀਆਂ ਕਰ ਲਵੇ, ਪਰ ਪਾਰ ਤੁਹਾਨੂੰ ਦਰਵਾਜ਼ੇ ਹੀ ਲੰਘਾਉਂਗੇ ।

ਸਿੱਖਣ ਲਈ ਤਾਂ ਸਬਰ ਜਰੂਰੀ ਹੈ ਹੀ ਪਰ ਸਿਖਾਉਣ ਵਾਲੇ ਵਿਚ ਸਬਰ ਤੇ ਸਹਿਨਸ਼ੀਲਤਾ ਹੋਣੀ ਵਧੇਰੀ ਜਰੂਰੀ ਹੁੰਦੀ ਹੈ।

ਜੇਕਰ ਸਭ ਕੁਝ ਲਿਖਿਆ ਹੀ ਹੋਇਆ ਹੈ ਤੇ ਫ਼ਿਰ ਅਸੀ ਕਿਸੇ ਨੂੰ ਚੰਗਾ ਜ਼ਾਂ ਮਾੜਾ ਕਿਵੇ ਕਹਿ ਸਕਦੇ ਹਾਂ ਪਰ ਜੇਕਰ ਚੰਗੇ ਮਾੜੇ ਕਰਮ ਕਰਨਾ ਮਨੁੱਖ ਦੇ ਹੱਥ ਵਿਚ ਹੈ ਤੇ ਫ਼ਿਰ ਲਿਖਿਆ ਕੀ ਹੈ?

ਕਈ ਵਾਰ ਮੂਡ ਖਰਾਬ ਹੋਣ ਕਰਕੇ ਮੌਸਮ ਵੀ ਚੰਗਾ ਨਹੀਂ ਲੱਗਦਾ ਅਤੇ ਕਈ ਵਾਰ ਮੌਸਮ ਇਤਨਾ ਵਧੀਆ ਹੁੰਦਾ ਹੈ ਕੇ ਉਸ ਕਰਕੇ ਮੂਡ ਵੀ ਚੰਗਾ ਹੋ ਜਾਂਦਾ ਹੈ।

ਉਸਨੇ ਪ੍ਰਸ਼ਨ ਤਾਂ ਅੱਛਾ ਪੁਛਿਆ ਸੀ ਪਰ ਓਹ ਆਪ ਹੀ ਉੱਤਰ ਸਮਝਣ ਲਈ ਤਿਆਰ ਨਹੀਂ ਸੀ।

ਜਵਾਬ ਤਾਂ ਤੁਸੀ ਟੈਕਸਟ ਮੈਸੇਜ ਵਿਚ ਵੀ ਦੇ ਸਕਦੇ ਹੋ ਪਰੰਤੂ ਫੋਨ ਤੇ ਦਿੱਤਾ ਜਵਾਬ ਦੋਹਾਂ ਧੜਿਆਂ ਲਈ ਬੇਹਤਰ ਹੁੰਦਾ ਹੈ ।

ਨਵੇ ਕਵੀ ਨਵੀਆਂ ਕਵਿਤਾਵਾਂ ਤਾਂ ਲਿਖ ਸਕਦੇ ਹਨ, ਪ੍ਰੰਤੂ ਨਵੀ ਕਾਵ ਸ਼ੈਲੀ ਨੂੰ ਜਨਮ ਦੇਣਾ ਹਰ ਕਿਸ ਦੇ ਵੱਸ ਦੀ ਗੱਲ ਨਹੀਂ ਹੁੰਦੀ।

ਜਿਹੜੇ ਲੋਕ ਛੋਟੀਆਂ-ਛੋਟੀਆਂ ਗੱਲਾਂ ਤੇ ਵੀ ਹੱਸ ਲੈਂਦੇ ਹਨ ਉਹ ਵੱਡੇ-ਵੱਡੇ ਦੁੱਖ ਆਉਣ ਤੇ ਬਹੁਤਾ ਰੋਂਦੇ ਵੀ ਨਹੀਂ ।

ਸਾਡੀ ਬਦਕਿਸਮਤੀ ਇਹ ਹੈ ਕੇ ਸਾਡੇ ਮਨ ਵਿਚ ਸਵਾਲ ਬੁਹਤ ਹਨ ਪ੍ਰੰਤੂ ਖੁਸ਼ਕਿਸਮਤੀ ਇਹ ਹੈ ਕੇ ਹਰ ਸਵਾਲ ਦਾ ਜਵਾਬ ਇਕ ਹੀ ਹੈ ।

ਸਕੂਲ ਤੁਹਾਡਾ ਪੈਰ ਜਵਾਨੀ 'ਚ ਤਾਂ ਪਵਾ ਸਕਦਾ ਹੈ ਪਰੰਤੂ ਜਵਾਨ ਤੁਸੀ ਕਾਲਜ ਜਾ ਕੇ ਹੀ ਹੁੰਦੇ ਹੋ।

ਬਾਕੀਆਂ ਤੋ ਅੱਗੇ ਜਾਂ ਪਹਿਲਾਂ ਪਹੁੱਚਣ ਲਏ ਅਕਸਰ ਲੋਕ ਅਪਣੀ ਪਹੁੰਚ ਦਾ ਇਸਤੇਮਾਲ ਕਰਦੇ ਹਨ ।

ਹਰ ਮੁਸੀਬਤ ਦੇ ਲਈ ਇਕ ਖਾਸ ਦ੍ਰਿਸ਼ਟੀ ਹੁੰਦੀ ਹੈ, ਜਿਵੇ ਕੇ ਇਕ ਐਨਕ ਪਾਉਣ ਨਾਲ ਕੜਾਕੇ ਦੀ ਧੁੱਪ ਵੀ ਬਦਲੀ ਦੇ ਮੌਸਮ ਵਰਗੀ ਲੱਗਦੀ ।

ਗੁੱਸਾ ਵੀ ਸੱਚੇ ਆਦਮੀ ਨੂੰ ਹੀ ਆਉਂਦਾ ਹੈ, ਝੂਠੇ ਲੋਕ ਅਕਸਰ ਦੰਦ ਕੱਢ ਕੇ ਹੀ ਸਾਰ ਦਿੰਦੇ ਹਨ।

ਮੁਰਝਾਉਂਦੇ ਹੋਏ ਲੋਕ ਮੁਰਝਾਉਂਦੇ ਹੋਏ ਲੋਕਾਂ ਨੂੰ ਮੁਰਝਾਉਂਦੇ ਹੋਏ ਫੁੱਲ ਦੇ ਕੇ ਮੁਰਝਾਉਂਦੇ ਹੋਏ ਰਿਸ਼ਤੇ ਬਚਾਉਣ ਦੀ ਕੋਸ਼ਿਸ਼ ਕਰਦੇ ਹਨ।

ਸਮੇਂ ਦੇ ਪਾਬੰਧ ਲੋਕ ਸਮੇਂ ਦੀ ਕਦਰ ਨਹੀਂ ਕਰਦੇ.. ਅਸਲ ਵਿਚ ਜੋ ਸਮੇਂ ਦੀ ਕਦਰ ਕਰਦੇ ਹਨ ਓਹੀ ਸਮੇਂ ਦੇ ਪਾਬੰਧ ਹੁੰਦੇ ਹਨ ।

ਅਸੂਲ ਬਣਾਉਣੇ ਸੌਖੇ ਹੁੰਦੇ ਹਨ ਪਰ ਅਸੂਲੀ ਬਣਨਾ ਔਖਾ ਹੁੰਦਾ ਹੈ।

ਜ਼ੋਰ ਬਾਂਹਾਂ ਵਿਚ ਹੁੰਦਾ ਹੈ ਪਰ ਦਲੇਰੀ ਖ਼ੂਨ ਵਿਚ ਹੁੰਦੀ ਹੈ।

ਭਾਰ ਲੱਤਾਂ ਝੱਲਦੀਆਂ ਹਨ ਪਰੰਤੂ ਬੋਝ ਮੋਢੇ ਚੁੱਕਦੇ ਹਨ।

ਆਪਣੇਆਂ ਨਾਲ ਰੁੱਸ ਕੇ ਜੇ ਤੁਸੀਂ ਦਰਵਾਜ਼ੇ ਭੇੜ ਲਓ ਪਰ ਤਾਕੀਆਂ ਖੁੱਲੀਆਂ ਛੱਡ ਦਵੇ, ਤਾਂ ਇਹ ਤੁਹਾਡੇ ਨਿਰ੍ਹੇ ਮੂਰਖ ਹੋਣ ਦੀ ਨਿਸ਼ਾਨੀ ਹੈ।

ਜੇਕਰ ਤੁਸੀਂ ਕਿਸੇ ਨੂੰ ਆਪਣੇ ਤੋਂ ਨੀਚੇ ਦੇਖਦੇ ਹੋ ਤਾਂ ਆਪਣੇ ਅਚੇਤਨ ਮਨ ਵਿੱਚ ਤੁਸੀਂ ਕਿਸੇ ਨੂੰ ਆਪਣੇ ਤੋਂ ਉੱਪਰ ਵੀ ਦੇਖਦੇ ਹੋਵੋਂਗੇ।

ਹੱਲ ਇਹੋ ਹੈ ਕੇ ਆਪਾਂ ਸਮਝਾਉਣ ਤੋਂ ਪਹਿਲਾਂ ਸਮਝਣ ਦਾ ਯਤਨ ਕਰੀਏ।

ਅਕਸਰ ਜਦ ਕੋਈ ਰਾਜ਼ ਵਾਲੀ ਗੱਲ ਰਾਜ ਨਾ ਰਹੇ ਤਾਂ ਉਹ ਨਾਰਾਜ਼ਗੀ ਦਾ ਕਾਰਣ ਬਣ ਜਾਂਦੀ ਹੈ।

ਮਨ ਮਗਰ ਲੱਗ ਕੇ ਮਨ ਚਾਹੇ ਨਤੀਜੇ ਮਿਲਣੇ ਅਸੰਭਵ ਕੰਮ ਹੈ।

ਕਈ ਵਾਰ ਗ਼ਲਤੀ ਭਰੋਸਾ ਤੋੜਨ ਵਾਲੇ ਦੀ ਨਹੀਂ ਹੁੰਦੀ, ਸਗੋਂ ਗ਼ਲਤੀ ਸਾਡੀ ਹੁੰਦੀ ਹੈ ਕਿਉਂਕਿ ਅਸੀਂ ਗ਼ਲਤ ਵਿਅਕਤੀ ਤੇ ਭਰੋਸਾ ਕੀਤਾ ਹੁੰਦਾ ਹੈ।

ਜੇਕਰ ਦੁੱਧ ਵਿੱਚੋਂ ਮੱਖਣ, ਦਹੀਂ, ਲੱਸੀ ਆਦਿ ਨਿਕਲ ਸਕਦੇ ਹਨ ਤਾਂ ਅਸੀਂ ਵੀ ਖ਼ੁਦ ਨੂੰ ਰਿੜਕ ਕੇ ਪਰਮਾਤਮਾ ਨੂੰ ਪਾ ਸਕਦੇ ਹਾਂ।

ਆਪਾਂ ਅਕਸਰ ਆਪਣੀਆਂ ਮਿਥੀਆਂ ਹੋਈਆਂ ਦੁਨਿਆਵੀ ਮੰਜ਼ਿਲਾਂ ਤੇ ਪਹੁੰਚ ਕੇ ਉਹਨਾਂ ਮੰਜ਼ਿਲਾਂ ਨੂੰ ਪੜਾਅ ਸੱਮਝਣ ਲੱਗ ਜਾਂਦੇ ਹਾਂ ਪਰ ਧਾਰਮਿਕ ਪੜਾਵਾਂ ਨੂੰ ਆਪਾਂ ਮੰਜ਼ਿਲ ਸਮਝ ਕੇ ਬੈਠ ਜਾਂਦੇ ਹਾਂ।

ਮਿੱਤਰਾਂ ਅਤੇ ਵਾਕਫ਼ਾਂ ਵਿਚ ਇਹੋ ਅੰਤਰ ਹੁੰਦਾ ਹੈ ਕਿ ਵਾਕਫ਼ ਤੁਹਾਡੇ ਮੂੰਹ ਤੇ ਤੁਹਾਡੀ ਪ੍ਰਸ਼ੰਸਾ ਕਰਦੇ ਹਨ ਅਤੇ ਮਿੱਤਰ ਤੁਹਾਡੀ ਪਿੱਠ ਤੇ।

ਤੁਸੀਂ ਵਿਗਿਆਨ ਤੋਂ 'ਕਿਵੇਂ' ਦਾ ਜਵਾਬ ਤਾਂ ਪ੍ਰਾਪਤ ਕਰ ਸਕਦੇ ਹੋ, ਪਰ ਵਿਗਿਆਨ 'ਕਿਉਂ' ਦੇ ਸਵਾਲ ਦਾ ਜਵਾਬ ਘੱਟ ਹੀ ਦੇ ਪਾਉਂਦਾ ਹੈ।

ਜ਼ਿੰਦਗੀ ਦਾ ਅਸਲ ਮਤਲਬ ਉਹਨਾਂ ਨੂੰ ਹੀ ਸਮਝ ਆਉਂਦਾ ਹੈ ਜਿਹਨਾਂ ਨੇ ਦੁਨੀਆ ਨੂੰ ਬਹੁਤੀ ਗੰਭੀਰਤਾ ਨਾਲ ਨਾ ਲਿਆ ਹੋਵੇ।

ਆਪਣੇ ਆਪ ਵਿਚੋਂ ਖੁਸ਼ੀ ਲੱਭਣਾ ਇੱਕ ਔਖਾ ਕੰਮ ਹੈ, ਪ੍ਰੰਤੂ ਆਪਣੇ ਤੋਂ ਬਾਹਰ ਖੁਸ਼ੀ ਪ੍ਰਾਪਤ ਕਰਨਾ ਬਿਲਕੁਲ ਅਸੰਭਵ ਹੈ।

ਕਿਤਾਬ ਬਾਰੇ ਕੁੱਝ ਗੱਲਾਂ

ਉਹਨਾਂ ਨੇ ਕਿਤਾਬ 'ਪ੍ਰੌਫਿਟ' ਲਈ ਨਹੀਂ ਲਿਖੀ ਸੀ, ਸਗੋਂ ਫਿੱਟ ਲਾਹਨਤਾਂ ਪਾਉਣ ਲਈ ਲਿਖੀ ਸੀ।

ਅੰਤਰਰਾਸ਼ਟਰੀ ਅੰਤਰ

ਅਮਰੀਕਾ ਦੇ ਲੋਕਾਂ ਦਾ ਗਣਿਤ ਕਮਜ਼ੋਰ ਨਹੀਂ, ਪ੍ਰੰਤੂ ਉਹਨਾਂ ਦੀ ਗਣਿਤ ਨਾਲ ਮੱਥਾ ਲਾਉਣ ਦੀ ਅਭਿਲਾਸ਼ਾ ਕਮਜ਼ੋਰ ਹੈ।

ਅਮਰੀਕਾ ਵਿਚ ਪ੍ਰੋਫੈਸਰ ਅਕਸਰ ਹੀ ਵਿਦਿਆਰਥੀਆਂ ਨੂੰ ਆਪਣਾ ਦੋਸਤ ਮੰਨ ਕੇ ਗੱਲ ਕਰਦੇ ਹਨ।

ਅਮਰੀਕਾ ਵਿਚ ਤੁਸੀਂ ਅਧਿਆਪਕ ਨੂੰ ਸਰ/ਮੈਮ ਕਹੋ ਤਾ ਓਹ ਗੁੱਸਾ ਕਰ ਲੈਂਦੇ ਹਨ।

ਅਮਰੀਕਾ ਵਿਚ ਤੁਹਾਨੂੰ ਪ੍ਰੋਫੈਸਰਾਂ ਨੂੰ ਦਫਤਰ ਵਿੱਚੋ ਬੁਲਾਉਣਾ ਨਹੀਂ ਪੈਂਦਾ, ਓਹ ਖੁਦ ਹੀ ਕਲਾਸ ਲੈਣ ਲਈ ਆ ਜਾਂਦੇ ਹਨ।

ਅਮਰੀਕਾ ਵਿਚ ਪ੍ਰੋਫੈਸਰ ਕੱਠੇ ਬੈਠ ਕੇ ਚਾਹ/ਕੌਫੀ ਨਹੀਂ ਪੀਂਦੇ ਤੇ ਨਾ ਹੀ ਹਾਹਾ-ਹੀਹੀ ਕਰਦੇ ਹਨ।

ਅਮਰੀਕਾ ਵਿਚ ਪ੍ਰੋਫ਼ੈਸਰ ਅਕਸਰ ਹੀ ਗ੍ਰੇਡ ਨੂੰ ਵਿਦਿਆਰਥੀਆਂ ਦੇ ਹੱਕ ਵਿਚ 'ਕਰਵ' (curve) ਕਰ ਦਿੰਦੇ ਹਨ।

ਅਮਰੀਕਾ ਵਿਚ ਕਈ ਪ੍ਰੋਫ਼ੈਸਰ ਕਾਨਫ਼ਰੰਸ ਟੂਰ ਤੇ ਵਿਦਿਆਰਥੀਆਂ ਨਾਲ ਸ਼ਰਾਬ ਆਦਿ ਦਾ ਸੇਵਨ ਵੀ ਕਰ ਲੈਂਦੇ ਹਨ।

ਅਮਰੀਕਾ ਦੀਆਂ ਜਮਾਤਾਂ ਵਿਚ ਬਲੈਕ ਦੀ ਥਾਂ ਵਾਈਟ ਬੋਰਡ ਪਾਏ ਜਾਂਦੇ ਹਨ ।

ਅਮਰੀਕਾ ਵਿਚ ਲੋਕ ਅਕਸਰ ਹੀ ਕਾਲਜ ਫੁੱਟਬਾਲ ਦਾ ਮੈਚ ਦੇਖਣ ਲਈ ਆਪਣੀਆਂ ਆਰ.ਵੀ. (ਮਨੋਰੰਜਨ ਵਾਲੀ ਗੱਡੀ ਜਿਸ ਵਿਚਰਹਿਣ ਸਹਿਣ ਅਤੇ ਖਾਣ ਦਾ ਪਰਬੰਦ ਹੁੰਦਾ ਹੈ) ਲੈ ਕੇ ਆਉਂਦੇ ਹਨ ।

ਅਮਰੀਕਾ ਵਿਚ ਜਿਹੜਾ ਬੱਚਾ ਕਿਰਿਆਸ਼ੀਲ ਨਹੀਂ ਹੁੰਦਾ ਓਹਨੂੰ ਅਕਸਰ ਹੀ ਮੁਸ਼ਕਲਾਂ ਦਾ ਸਾਮਣਾ ਕਰਨਾ ਪੈਂਦਾ ਹੈ।

ਅਮਰੀਕਾ - ਕੈਨੇਡਾ ਵਿੱਚ ਰੇਅਰ [rare] ਸਟੇਕ ਖਾਣ ਵਾਲੇ, ਵੇਲ-ਡੰਨ [well-done] ਸਟੇਕ ਖਾਣ ਵਾਲਿਆਂ ਨੂੰ ਆਪਣੇ ਤੋਂ ਨੀਵਾਂ ਸਮਝਦੇ ਹਨ।

ਅਮਰੀਕਾ ਦੇ ਲੋਕ ਰੈਫ਼ਲ (Raffle) ਟਿਕਟ ਵੰਡ ਕੇ ਪ੍ਰੋਗਰਾਮ ਵਿਚ ਲੋਕਾਂ ਦਾ ਧਿਆਨ ਬਣਾਈ ਰੱਖਦੇ ਹਨ ।

ਅਮਰੀਕਾ - ਕੈਨਡਾ ਦੇ ਕਾਲਜਾਂ ਵਿਚ ਦੋਸਤੀਆਂ ਜਿਆਦਾਤਰ ਕਲਾਸ ਤੋਂ ਬਾਹਰ ਹੀ ਸ਼ੂਰੂ ਹੁੰਦੀਆਂ ਹਨ ਪਰੰਤੂ ਭਾਰਤ ਦੇ ਕਾਲਜਾਂ ਵਿਚ ਦੋਸਤ ਬਣਾਉਣ ਦਾ ਢੰਗ ਇਸਤੋਂ ਉਲਟ ਹੁੰਦਾ ਹੈ।

ਅਮਰੀਕਾ ਕੈਨੇਡਾ ਦੀ ਪੜ੍ਹਾਈ ਫੁੱਟਬਾਲ ਦੇ ਰੈਗੂਲਰ ਸੀਜ਼ਨ ਵਰਗੀ ਹੁੰਦੀ ਹੈ, ਟੀਮਾਂ ਵੱਡੀਆਂ-ਛੋਟੀਆਂ ਹੋ ਸਕਦੀਆ ਹਨ ਪਰ ਸੀਜ਼ਨ ਜਿੱਤਣ ਲਈ ਹਰ ਮੈਚ ਗੰਭੀਰਤਾ ਨਾਲ ਲੈਣਾ ਪੈਂਦਾ ਹੈ। ਭਾਰਤ ਦੀ ਪੜ੍ਹਾਈ ਫੁੱਟਬਾਲ ਦੀ ਯੂ.ਸੀ.ਐਲ. (UCL) ਨਾਕਆਊਟ ਸਟੇਜ ਵਰਗੀ ਹੁੰਦੀ ਹੈ, ਤੁਸੀਂ ਸਾਰਾ ਸਾਲ ਨਾ ਪੜ੍ਹ ਕੇ ਵੀ ਅਖੀਰ ਪੇਪਰਾਂ 'ਚ ਪੜ੍ਹ ਕੇ ਬਾਜ਼ੀ ਪਲਟ ਸਕਦੇ ਹੋ।

ਸਪੇਨ ਦੇ ਲੋਕ ਅਕਸਰ ਹੀ 'ਖ' ਨੂੰ ਘਰੋੜ ਕੇ ਬੋਲਦੇ ਹਨ।

ਅਮਰੀਕਾ-ਕੈਨੇਡਾ ਦੇ ਅਧਿਆਪਕਾਂ ਲਈ ਵਿੱਦਿਆਰਥੀਆਂ ਦਾ ਹੱਥ ਮਿਲਾਉਣ ਦੀ ਥਾ ਤੇ ਪੈਰੀਂ ਹੱਥ ਲਾਉਣਾ ਅਤੇ ਭਾਰਤ ਦੇ ਅਧਿਆਪਕਾਂ ਲਈ ਵਿੱਦਿਆਰਥੀਆਂ ਦਾ ਪੈਰੀਂ ਹੱਥ ਲਾਉਣ ਦੀ ਥਾ ਤੇ ਹੱਥ ਮਿਲਾਉਨਾ, ਇਕੋ ਜਿਨਾ ਹੈਰਾਨੀਜਨਕ ਹੋਵੇਗਾ ।

ਅਮਰੀਕਾ ਦੇ ਲੋਕ ਸਵੇਰ ਸਮੇ ਬੜਾ ਰੁੱਖਾ ਸੁਭਾਅ ਰੱਖਦੇ ਹਨ, ਪ੍ਰੰਤੂ ਦੁਪਹਿਰ ਵੇਲੇ ਉੰਨੇ ਹੀ ਕੋਮਲ ਹੋ ਜਾਂਦੇ ਹਨ, ਰੁੱਖੇ ਸੁਭਾਅ ਦਾ ਮੁਢਲਾ ਕਾਰਨ ਓਹਨਾ ਦਾ ਨਾ ਨਹੌਣਾ ਵੀ ਹੋ ਸਕਦਾ ਹੈ।

ਅਮਰੀਕਾ-ਕੈਨੇਡਾ ਵਿੱਚ ਘਰ ਵਿੱਚ ਗੱਤੇ ਲਗਾ ਕੇ ਉਹਨਾਂ ਗੱਤੇਆਂ ਨੂੰ ਕੰਧਾਂ ਦਾ ਦਰਜਾ ਦੇ ਦਿੱਤਾ ਜਾਂਦਾ ਹੈ।

ਅਮਰੀਕਾ ਦੇ ਲੋਕ ਫੁੱਟਬਾਲ ਨੂੰ ਸੌਕਰ [soccer] ਤਾਂ ਕਹਿੰਦੇ ਹੀ ਹਨ ਪਰੰਤੂ ਓਹ ਇਸ ਮਾਮਲੇ 'ਚ ਇਤਨੇ ਨਖਿੱਧ ਹਨ ਕੇ ਓਹ ਸੈਂਟਰ ਬੈਕ ਨੂੰ ਵੀ ਡਿਫੈਂਸਿਵ ਬੈਕ ਆਖਦੇ ਹਨ।

ਭਾਰਤੀ ਵਿਦਿਆਰਥੀ ਅਮਰੀਕਾ ਵਿਚ ਆਕੇ ਪ੍ਰੋਫੈਸਰ ਨੂੰ “Dear” ਪ੍ਰੋਫੈਸਰ ਕਹਿਕੇ ਓਨਾ ਦਾ ਵਿਸ਼ਵਾਸ ਜਿੱਤਣ ਦਾ ਉਪਰਾਲਾ ਕਰਦੇ ਹਨ।

Separation needed here

ਅਮਰੀਕਾ ਦੇ ਫੁਟਬਾਲ/ਸਪੋਰਟਸ ਵਾਲੇ ਚੈਨਲ ਹੋਮ (Home) ਟੀਮ ਦੇ ਸਕੋਰ ਨੂੰ ਪਿੱਛੇ ਅਤੇ ਨਵੀਂ ਟੀਮ ਦੇ ਸਕੋਰ ਨੂੰ ਮੂਹਰੇ ਡਿਸਪਲੇ ਕਰ ਕੇ ਇਹ ਸਮਝ ਲੈਂਦੇ ਹਨ ਕੇ ਅਸੀਂ ਕੋਈ ਬਹੁਤ ਵਿਲੱਖਣ ਕੰਮ ਕਰ ਲਿਆ ਹੈ।

Separation needed here

ਅਮਰੀਕਾ ਵਿਚ ਪ੍ਰੋਫੈਸਰਆਂ ਕੋਲ ਟੀਚਿੰਗ ਅੱਸੀਸਟੈਂਟ ਹੁੰਦੇ ਹਨ, ਜਿਹੜੇ ਓਨਾ ਦੇ ਸ਼ੋਟੇ ਮੋਟੇ ਕੰਮ ਬੜੇ ਵਧੀਆ ਢੰਗ ਨਾਲ ਕਰ ਦਿੰਦੇ ਹਨ।

ਕਿਤਾਬ ਬਾਰੇ ਕੁੱਝ ਗੱਲਾਂ

ਕਿਤਾਬ ਲਿਖਣੀ ਸ਼ੁਰੂ ਕਰਨੀ ਸੌਖੀ ਹੁੰਦੀ ਹੈ ਪਰ ਕਿਤਾਬ ਪੂਰੀ ਕਰਨੀ ਅਤੇ ਛਪਵਾਉਣੀ ਔਖੀ ਹੁੰਦੀ ਹੈ।

ਨੀ ਮੈਂ ਓਹੀ ਹਾਂ!

ਵਿਹਾਰ, ਵਿਵਹਾਰ ਅਤੇ ਬਿਹੇਵੀਅਰ, ਸੁਣਨ 'ਚ ਵੀ ਇਕੋ ਜਿਹੇ ਲਗਦੇ ਹਨ ਅਤੇ ਇਹਨਾਂ ਦਾ ਮਤਲੱਬ ਵੀ ਇਕ ਹੀ ਹੈ।

ਮੋਰ, ਹੋਰ ਅਤੇ ਔਰ, ਸੁਣਨ 'ਚ ਵੀ ਇਕੋ ਜਿਹੇ ਲਗਦੇ ਹਨ ਅਤੇ ਇਹਨਾ ਦਾ ਮਤਲੱਬ ਵੀ ਇਕ ਹੀ ਹੈ।

ਮਿਰਚ, ਸ਼ਰਾਬ, ਅਤੇ ਡਾਇਪਰ ਦੀ ਵਰਤੋਂ ਕਰਨ ਵਾਲੇ ਕਦੇ ਵੀ ਧਮਾਕਾ ਕਰ ਸਕਦੇ ਹਨ।

ਲੀਨਾ, ਮੀਨਾ ਅਤੇ ਤੀਨਾ ਸੁਣਨ ਨੂੰ ਇਕੋ ਜਿਹੇ ਨਾਮ ਲਗਦੇ ਨੇ, ਗਾਲੀਬਨ ਸਚਾਈ ਇਹ ਹੈ ਕੇ ਤਿੰਨੇ ਸਕੀਆਂ ਭੈਣਾਂ ਹਨ।

ਤਿੱਖੀ ਤਲਵਾਰ, ਨੰਗੀ ਤਾਰ ਤੇ ਭੈੜੀ ਸਰਕਾਰ ਵਿਚ ਬਹੁਤਾ ਅੰਤਰ ਨਹੀਂ ਹੁੰਦਾ।

ਸਟਾਰ, ਸਿਤਾਰਾ ਅਤੇ ਤਾਰਾ ਸੁਣਨ 'ਚ ਤਾਂ ਇਕੋ ਜੇਹੇ ਲਗਦੇ ਹੀ ਹਨ ਪਰੰਤੂ ਇਹਨਾ ਦਾ ਮੱਤਲਬ ਵੀ ਇਕ ਹੀ ਹੈ।

ਦੰਦ, ਦਾਂਤ ਅਤੇ ਡੈਂਟਲ ਸੁਣਨ 'ਚ ਤਾਂ ਇਕੋ ਜੇਹੇ ਲਗਦੇ ਹੀ ਹਨ, ਇਹਨਾ ਦਾ ਮੱਤਲਬ ਵੀ ਇਕ ਹੀ ਹੈ।

ਕੱਟਣਾ,ਕਾਟਨਾ ਅਤੇ ਕੱਟ ਕਰਨਾ ਸੁਣਨ 'ਚ ਤਾਂ ਇਕੋ ਜੇਹੇ ਲਗਦੇ ਹੀ ਹਨ, ਇਹਨਾ ਦਾ ਮੱਤਲਬ ਵੀ ਇਕ ਹੀ ਹੈ।

ਡੋਰ, ਦ੍ਵਾਰ ਅਤੇ ਦਰ ਸੁਣਨ 'ਚ ਤਾਂ ਇਕੋ ਜੇਹੇ ਲਗਦੇ ਹੀ ਹਨ, ਇਹਨਾ ਦਾ ਮੱਤਲਬ ਵੀ ਇਕ ਹੀ ਹੈ।

ਤੀਨ, ਤਿੰਨ,ਥ੍ਰੀ ਅਤੇ ਤ੍ਰੈਸ ਸੁਣਨ 'ਚ ਤਾਂ ਇਕੋ ਜੇਹੇ ਲਗਦੇ ਹੀ ਹਨ.. ਇਹਨਾਂ ਦਾ ਮੱਤਲਾਬ ਵੀ ਇਕ ਹੀ ਹੈ।

ਸ਼ਾਵਰ ਅਤੇ ਨਿਛਾਵਰ ਸ਼ਬਦ ਸੁਣਨ ਵਿਚ ਤਾਂ ਇੱਕੋ ਜਿਹੇ ਲਗਦੇ ਹੀ ਹਨ, ਅਸਲ ਵਿਚ ਇਹਨਾਂ ਦਾ ਮਤਲਬ ਵੀ ਇਕ ਹੀ ਹੈ।

ਜੁਗਤ ਲਗਾਈ ਜਾਂਦੀ ਹੈ, ਯੋਜਨਾ ਬਣਾਈ ਜਾਂਦੀ ਹੈ ਤੇ ਰਣਨੀਤੀ ਤਿਆਰ ਕੀਤੀ ਜਾਂਦੀ ਹੈ।

ਐਂਡਮਿਕ, ਪੈਂਡਮਿਕ ਅਤੇ ਐਪੀਡਮਿਕ ਸੁਣਨ ਨੂੰ ਇਕੋ ਜੇਹੇ ਲਗਦੇ ਹਨ ਪਰ ਇਹਨਾਂ ਵਿਚ ਜ਼ਮੀਨਾਂ-ਜ਼ਮੀਨਾਂ ਦਾ ਫਰਕ ਹੈ। ਐਪੀਡਮਿਕ: ਜਦੋ ਕੋਈ ਬਿਮਾਰੀ ਇੱਕੋ ਸਰਜ਼ਮੀਨ ਤੇ ਹੋਵ, ਐਂਡਮਿਕ : ਜਦੋ ਕੁਝ ਕੁ ਦੇਸ਼ ਕਿਸੇ ਬਿਮਾਰੀ ਨਾਲ ਪ੍ਰਭਾਵਿਤ ਹੋਵਣ , ਪੈਂਡਮਿਕ : ਜਦੋਂ ਜਿਆਦਾਤਰ ਮੁਲਕ ਕਿਸੇ ਬਿਮਰੀ ਦੀ ਲਪੇਟ ਵਿਚ ਆ ਜਾਣ।

ਫੁੱਲ, ਫ਼ੂਲ, ਅਤੇ ਫਲਾਵਰ ਸੁਣਨ ਨੂੰ ਤਾਂ ਇਕੋ ਜੇਹੇ ਲਗਦੇ ਹੀ ਹਨ, ਅਸਲ ਵਿਚ ਇਹਨਾ ਦਾ ਮਤਲਬ ਵੀ ਇਕ ਹੀ ਹੈ।

ਫ਼ਾਰਸੀ ਦਾ 'ਬਾਲੇਹ' ਅਤੇ 'ਪੰਜਾਬੀ' ਦਾ ਬੱਲੇ ਅਸਲ ਵਿਚ ਇੱਕੋ ਸ਼ਬਦ ਹੈ।

ਪੰਜਾਬੀ ਵਿਚ ਬਜ਼ੁਰਗ ਆਦਮੀ ਇਕ ਬੁੱਢਾ ਆਦਮੀ ਹੁੰਦਾ ਹੈ ਪਰੰਤੂ ਫ਼ਾਰਸੀ ਵਿਚ ਬਜ਼ੁਰਗ ਆਦਮੀ ਇਕ ਵੱਡਾ ਆਦਮੀ (ਆਕਾਰ ਵਿਚ) ਹੁੰਦਾ ਹੈ।

ਕਿਤਾਬ ਬਾਰੇ ਕੁੱਝ ਗੱਲਾਂ

ਤੁਸੀਂ ਸਾਡੀ ਰਚਨਾਵਾਂ ਨੂੰ ਤਿੰਨ ਹਿੱਸੇਆਂ ਵਿੱਚ ਵੰਡ ਕੇ ਵੇਖ ਸਕਦੇ ਹੋ: ਹਸਾਉਣ ਵਾਲੀਆਂ, ਸਮਝਾਉਣ ਵਾਲੀਆਂ, ਅਤੇ ਭਟਕਾਉਣ ਵਾਲੀਆਂ।

ਸਾਵਧਾਨ! ਅੱਗੇ ਸੱਚ ਹੈ

ਢੱਕਣ ਸਮਝਦਾ ਹੈ ਕੀ ਬੋਤਲ ਦੀ ਹੋਂਦ ਉਸ ਬਿਨਾਂ ਅਧੂਰੀ ਹੈ, ਪਰੰਤੂ ਢੱਕਣ ਇਹ ਨਹੀਂ ਜਾਣਦਾ ਕੇ ਬੋਤਲ ਬਿਨਾਂ ਢੱਕਣ ਦੀ ਕੋਈ ਹੋਂਦ ਹੀ ਨਹੀਂ ਹੈ।

ਉਹਨਾਂ ਦੀ ਸਟ੍ਰੇਟਜੀ ਤਾਂ 'ਡੇਮੋਗ੍ਰਾਫਿਕਸ' ਵਾਲੀ ਸੀ.. 'ਸਾਈਕੋਗ੍ਰਾਫਿਕਸ' ਤਾਂ ਗਲਤੀ ਨਾਲ ਹੀ 'ਹਿੱਟ' ਹੋ ਗਏ ।

ਵਜ਼ਨ ਘਟਾਉਣਾ ਸੌਖਾ ਹੈ.. ਪਰੰਤੂ ਵਜ਼ਨ ਘਟਾਈ ਰੱਖਣਾ ਔਖਾ ਹੈ।

ਉਹ ਐਕਟਿੰਗ ਜੱਥੇਦਾਰ ਤਾਂ ਬਣ ਗਿਆ ਸੀ ਪਰ ਹੁਣ ਉਹ ਜੱਥੇਦਾਰ ਹੋਣ ਦੀ ਐਕਟਿੰਗ ਕਰ ਰਿਹਾ ਹੈ ।

ਉਹ ਪੁਲਿਸ ਲਈ ਤਾਂ 'ਹੋਸਟੇਜ' ਸੀ, ਪ੍ਰੰਤੂ ਆਰਮੀ ਲਈ ਉਹ ਮੇਹਜ 'ਕੁਲੇਟਰਲ ਡੈਮੇਜ਼' ਸੀ ।

ਮੰਨਿਆ ਤਾਂ ਉਸਨੂੰ ਵੱਡਾ ਵੀਰ ਹੀ ਸੀ, ਪ੍ਰੰਤੂ ਉਸਨੇ ਗੱਲ ਬਹੁਤ ਛੋਟੀ ਕਰ ਦਿਤੀ ਸੀ ।

ਬਾਲ ਵਧਾਉਣੇ ਸੌਖੇ ਹੁੰਦੇ ਹਨ ਪਰ ਵਧਾਈ ਰਖਣੇ ਔਖੇ ਹੁੰਦੇ ਹਨ।

ਨੈਤਿਕਤਾ ਦੀ ਕਲਾਸ ਵਿਚ ਆ ਕੇ ਅਕਸਰ ਹੀ ਆਮਦ ਹੋ ਜਾਂਦੀ ਹੈ।

ਦੁਕਾਨ ਵਿਚ ਪਏ ਇਕੱਲੇ ਪ੍ਰੋਡਕਟਸ ਹੀ ਮੈਟਰ ਨਹੀਂ ਕਰਦੇ, ਮੈਟਰ ਇਹ ਵੀ ਕਰਦਾ ਹੈ ਕੇ ਸਟੋਰ ਦਾ ਮਹੌਲ ਕਿਹੋ ਜਿਹਾ ਹੈ।

ਅਮਰੀਕਾਂ ਵਿਚ ਬਹੁਤ ਸਾਰੇ ਲੋਕ ਹੱਥ ਨਾ ਧੋਣ ਕਰਕੇ ਆਪਦੀ ਜਾਨ ਤੋਂ ਹੱਥ ਧੋ ਬੈਠਦੇ ਹਨ।

ਐਪਲ ਵਾਲਿਆਂ ਨੇ ਪੂਰਾ ਜ਼ੋਰ ਲਾ ਕੇ ਆਈਫੋਨ 13 'ਚ ਇਨੋਵੇਸ਼ਨ ਕਰਨ ਦੀ ਕੋਸ਼ੀਸ਼ ਕੀਤੀ , ਪਰ ਮੁੱਖ ਤੋਰ ਤੇ ਉਹਨਾਂ ਨੇ ਸਿਰਫ ਕੈਮਰਾ ਅਤੇ ਬੈਟਰੀ ਹੀ ਵੱਡੀ ਕੀਤੀ ਅਤੇ ਲੋਕੀ ਇਸ ਵਿਚ ਹੀ ਖੁਸ਼ ਹੋ ਗਏ।

ਸਾਡੇ ਸਮੇਆਂ ਦੀ ਭੇਡ ਚਾਲ ਦੀ ਸਭ ਤੋਂ ਵੱਡੀ ਮਿਸਾਲ ਐਪਲ (Apple) ਦੇ ਪ੍ਰੋਡਕਟਸ ਹਨ।

ਕਈ ਕਲਾਕਰਾਂ ਕੋਲ ਕਲਾ ਦੀ ਥਾਂ ਕੱਲਾ ਪੈਸਾ ਹੁੰਦਾ ਹੈ ਅਤੇ ਓਸੇ ਦੇ ਸਿਰ ਤੇ ਉਹ ਕਲਾਕਰ ਬਣਦੇ ਹਨ ।

ਮਾਸਕ ਓਨੀ ਦੇਰ ਤਾਂ ਪਾਉਣੇ ਹੀ ਪੈਣਗੇ ਜਿਨਾ ਚਿਰ ਸਾਰੇ ਬੰਦੇ ਵੈਕਸੀਨੇਟ ਨਹੀਂ ਹੋ ਜਾਂਦੇ, ਪਰ ਓਨਾ ਚਿਰ ਮੂੰਹੋਂ ਨਹੀ ਲਥੰਗੇ ਜਿੰਨਾ ਚਿਰ ਹਰ ਬੰਦਾ ਇੰਫੈਕਟਡ ਨਹੀਂ ਹੋ ਜਾਂਦਾ।

ਅੱਜ ਕੱਲ ਦੇ ਆਸ਼ਿਕ ਟੂਥਪੇਸਟ ਵਰਗੇ ਹੋ ਗਏ ਹਨ.. ਉਹ ਕਿਸੇ ਵੀ ਬੁਰਸ਼ ਤੇ ਲਗ ਜਾਂਦੇ ਹਨ।

ਬਹੁਤਾ ਬੋਲਣ ਵਾਲਾ ਆਦਮੀ ਹਮੇਸ਼ਾ ਖੁਆਰ ਹੀ ਹੁੰਦਾ ਹੈ।

ਆਪਣੇ ਅੰਦਰ ਹਵਾ ਰੱਖਣਾ ਹਰ ਵਾਰੀ ਮਾੜੀ ਗੱਲ ਨਹੀਂ ਹੁੰਦੀ, ਇਸ ਗੱਲ ਦੀ ਸਮਝ ਉਦੋ ਪੈਂਦੀ ਹੈ ਜਦੋ ਤੁਸੀ ਤੈਰਾਕੀ ਕਰਨ ਲਈ ਜਾਂਦੇ ਹੋ।

ਵੀਗਨ ਲੋਕਾਂ ਦੇ ਚੀਜ਼ਾਂ ਦੇ ਨਾਮ ਸੁਣ ਕੇ ਚੀਸਾਂ ਪੈਣ ਲੱਗ ਜਾਂਦੀਆਂ ਹਨ।

ਸਿੱਖ ਕੌਮ ਖ਼ੁਦ ਤਾਂ ਸਿੱਖਦੀ ਰਹਿੰਦੀ ਹੀ ਹੈ, ਪਰੰਤੂ ਇਹ ਆਪਣੇ ਵੈਰੀਆਂ ਨੂੰ ਸਬਕ ਸਿਖਾਉਣ ਵਿੱਚ ਵੀ ਪਿੱਛੇ ਨਹੀਂ ਰਹਿੰਦੀ।

ਜੇ ਦੂਤ ਮਾੜਾ ਹੋਵੇ ਤਾਂ ਸਰੋਤ ਨੂੰ ਨਹੀਂ ਛੱਡੀ ਦਾ ਅਤੇ ਜੇ ਸਰੋਤ ਮਾੜਾ ਹੋਵੇ ਤਾਂ ਦੂਤ ਨੂੰ ਨਹੀਂ ਭੰਡੀ ਦਾ।

ਬ੍ਰਿਟਿਸ਼ ਲੋਕਾਂ ਨੇ ਭਾਰਤ ਨੂੰ ਤਾਂ ਲੁੱਟਿਆ ਹੀ ਸੀ, ਪ੍ਰੰਤੂ ਉਹ ਹੁਣ ਲੁੱਟਿਆ ਹੋਇਆਂ ਚੀਜ਼ਾਂ ਨੂੰ ਵਰਤ ਕੇ ਵੀ ਲੋਕਾਂ ਨੂੰ ਲੁੱਟ ਹੀ ਰਹੇ ਹਨ (ਮਿਊਜ਼ੀਅਮ)।

ਜੇ ਪੀ.ਆਰ. ਆ ਜਾਵੇ ਤਾਂ ਕੁਝ ਨਹੀਂ ਹੁੰਦਾ, ਪਰ ਜੇ ਨਾ ਆਵੇ ਫਿਰ ਕੁਝ ਵੀ ਨਹੀ ਹੁੰਦਾ।

ਆਪਾਂ ਨੋਟਿਸ ਉਹਨਾਂ ਨੂੰ ਹੀ ਕਰਦੇ ਹਾਂ ਜਿਹਨਾਂ ਨੂੰ ਅਸੀਂ ਪਸੰਦ ਕਰਦੇ ਹਾਂ ਜਾਂ ਜਿਹਨਾਂ ਨੂੰ ਅਸੀਂ ਨਾਪਸੰਦ ਕਰਦੇ ਹਾਂ। ਜਿਹਨਾਂ ਬਾਰੇ ਆਪਾਂ ਨਹੀ ਸੋਚਦੇ ਓਹਨਾ ਬਾਰੇ ਆਪਾਂ ਕੁਝ ਨਹੀਂ ਸੋਚਦੇ।

ਅੱਜ ਕੱਲ ਲੋਕਾਂ ਦਾ ਚਿਹਰਾ ਪੜ੍ਹਨਾ ਕਾਫੀ ਮੁਸ਼ਕਿਲ ਕੰਮ ਹੈ। ਪਹਿਲਾਂ ਤਾਂ ਕਰੀਮਾਂ-ਸ਼੍ਰੀਮਾਂ ਦੀਆਂ ਪਰਤਾਂ ਹੁੰਦੀਆਂ ਹਨ ਤੇ ਬਾਅਦ ਵਿਚ ਕਈ ਤਰ੍ਹਾਂ ਦੇ ਨਕਲੀ ਚਿਹਰੇ ਆਪਦੇ ਅਸਲੀ ਚੇਹਰੇ ਉੱਤੇ ਸਜਾਏ ਹੁੰਦੇ ਹਨ ।

ਕਈ ਲੋਕਾਂ ਦਾ ਜ਼ੋਰ ਪੰਜਾਬੀ ਨੂੰ ਵੀ 26 ਅੱਖਰੀ ਬਣਾਉਣ ਤੇ ਲਗਾ ਹੋਇਆ ਹੈ। (ਅੰਗਰੇਜ਼ੀ ਅਤੇ ਪੰਜਾਬੀ ਨੂੰ ਮਾੜੀ ਸਿੱਖਿਆ ਨਾਲ ਮਿਲਾਉਣਾ)

ਅੰਗਰੇਜੀ ਭਾਸ਼ਾ ਵਿੱਚ ਜੇਕਰ ਤੁਸੀਂ “1” ਦੇ ਉੱਪਰ ਬਿੰਦੀ ਲਾ ਦਓ ਤਾਂ ਓਹ “ਆਈ” [I] ਬਣ ਜਾਂਦਾ ਹੈ। ਲਗਦਾ ਹੈ ਇਹਨਾਂ ਨੂੰ ਇਹ ਸਲਾਹ ਕਿਸੇ ਪੰਜਾਬੀ ਨੇ ਹੀ ਦਿੱਤੀ ਹੋਣੀ ਹੈ।

ਜਦੋਂ ਕਿਸਮਤ ਤੁਹਾਡਾ ਬੂਹਾ ਖੜਕਾਵੇ ਅਤੇ ਤੁਸੀਂ ਘਰ ਹੀ ਨਾ ਹੋਵੋ, ਇਹ ਸਭ ਤੋਂ ਵੱਡੀ ਬਦਕਿਸਮਤੀ ਹੁੰਦੀ ਹੈ।

ਕਿਤਾਬ ਬਾਰੇ ਕੁੱਝ ਗੱਲਾਂ

ਇਹ ਕਿਤਾਬ ਤੁਹਾਡੇ ਦਿਮਾਗ ਦੀਆਂ ਖਿੜਕੀਆਂ ਭਾਵੇ ਖੋਲ੍ਹੇ ਜਾਂ ਨਾ ਖੋਲ੍ਹੇ, ਪਰ ਘੱਟੋ ਘੱਟ ਇਹ ਤੁਹਾਡੇ ਦਿਮਾਗ ਰੂਪੀ ਦਰਵਾਜ਼ੇ ਦੀ ਘੰਟੀ ਵਜਾ ਕੇ ਤਾਂ ਜ਼ਰੂਰ ਭੱਜ ਜਾਵੇਗੀ।

ਕੀਤਾ ਕੀ ਜਾਵੇ?

ਹਰ ਰੋਜ ' ਰੋਜ਼ ' ਨਹੀਂ ਹੁੰਦਾ, ਕੁਝ "ਰੋਜ਼ਾ" ਰੋਜ਼ ਵੀ ਹੁੰਦੇ ਹਨ।

ਅਸਲ ਵਿੱਚ ਟਿਕਾਣੇ ਤੇ ਪਹੁੰਚ ਕੇ ਨਾ ਦੱਸਣ ਦਾ ਕਾਰਣ ਉਸਦਾ ਭੁੱਲਣਾ ਨਹੀਂ ਸੀ , ਉਹ ਇਤਨਾ ਲਾਪਰਵਾਹ ਸੀ ਕਿ ਕੁੱਝ ਯਾਦ ਰੱਖਣਾ ਉਸਨੂੰ ਯਾਦ ਨਹੀਂ ਰਹਿੰਦਾ ਸੀ।

ਮੈਂ ਉਸਨੂੰ ਪੁੱਛਿਆ ਕੇ ਤੂੰ ਐਵੇਂ ਕਾਹਤੋਂ ਕਰਦਾ ਪਿਆ, ਪਰੰਤੂ ਉਹ ਸਹੁਰੀ ਦਾ ਐਵੇਕਾਡੋ ਲੱਭ ਕੇ ਲੈ ਆਇਆ।

ਜਨਤਾ ਜ਼ਿਆਦਾ ਨਹੀਂ ਸੀ, ਪਾਰਕਿੰਗ ਸਪਾਟ ਹੀ ਘੱਟ ਸਨ।

ਉਸਨੂੰ ਕੂਕੀਜ਼ ਪਸੰਦ ਨਹੀਂ ਆ ਰਹੇ ਸਨ, ਪ੍ਰੰਤੂ ਬਾਅਦ 'ਚ ਪਤਾ ਲੱਗਾ ਕੇ 'ਦੇ ਹੈਡ ਰੇਜ਼ਿਨ।

ਉਹ ਸ਼ਾਇਰ ਮਾੜਾ ਨਹੀਂ ਸੀ, ਬਸ ਉਸਦੀਆਂ ਕਈ ਗੱਲਾਂ ਪਹਿਲੀ ਵਾਰ 'ਚ ਬਕਵਾਸ ਲੱਗਦੀਆਂ ਸਨ।

'ਪੈਕੇਜਿੰਗ' ਤਾਂ ਠੀਕ ਸੀ, ਪਰੰਤੂ ਸਹੁਰੀ ਦਾ ਮਾਈਕ੍ਰੋਵੇਵ ਹੀ ਜਿਆਦਾ ਤਾਕਤ ਦਾ ਸੀ।

ਉਹ ਪੈਸੇ ਤਾਂ ਘੱਟ ਲੈਂਦੇ ਹੀ ਸੀ, ਪਰੰਤੂ ਉਹਨਾਂ ਦੀ ਪ੍ਰੋਡਕਟੀਵਿਟੀ ਵੀ ਕੀਤੇ ਜ਼ਿਆਦਾ ਸੀ।

'ਐਰੋਪੈਨਿਕਸ' ਨਾਲ ਪਲਾਂਟ ਲਾਉਣੇ ਸੌਖੇ ਹਨ, ਪਰੰਤੂ ਵਿਦਿਆਰਥੀਆਂ ਦੇ ਆਸਰੇ ਛੱਡ ਕੇ ਵੱਡੇ ਕਰਨੇ ਔਖੇ ਹਨ ।

ਵੈਸੇ ਤਾਂ ਸਰਤਾਜ ਦਾ ਸੰਗੀਤ ਉਹਨਾਂ ਦਾ ਮਨ ਭਾਉਂਦਾ ਸੀ, ਪਰ ਟਿਕਟ ਦਾ ਭਾਅ ਉਹਨਾਂ ਦੇ ਮਨ ਨੂੰ ਨਾ ਭਾਅ ਸਕਿਆ ।

ਮੈਂ ਤੇ ਕਰਨੀ 'ਰੈਸਟੋਰੈਂਟ' ਗਏ ਸੀ, ਓਥੇ ਮੈਂ ਵੇਟਰੇਸ ਨੂੰ ਬੜੇ ਮਾਣ ਨਾਲ ਦਸਿਆ ਕੇ ਇਹ ਕਰਨੀ ਹੈ ਸਾਡਾ, ਉਹ ਸਹੁਰੀ ਦੀ 'ਕਰਨੀ ਏਸਾਡੋ' [carni asada] ਚੱਕ ਲਿਆਈ ।

ਮੈਂ ਸੋਚਿਆ ਸੀ ਅੱਜ ਉਸਨੂੰ ਦੱਸ ਹੀ ਦਵਾਂਗਾ, ਪਰੰਤੂ ਉਸਨੇ ਮੇਰੇ ਤੋਂ ਵੀਹ ਮੰਗ ਲਏ ।

ਪੈਂਟਿੰਗਸ 'ਚ ਕਾਹਚਾ - ਮਾਹਚਾ ਨਹੀਂ ਮਚਾਇਆ ਹੋਇਆ ਸੀ, ਸਹੁਰੀ ਦੀ ਆਰਟ ਹੀ ਸਮਝ ਨਹੀਂ ਆਈ ।

ਭਾਂਡੇ ਖਰੀਦਣੇ ਤਾਂ ਸੌਖੇ ਹਨ ਪਰ ਓਹਨਾ ਨੂੰ ਧੋਂਦੇ ਰਹਿਣਾ ਔਖਾ ਹੈ।

ਉਹ ਆਈ ਫੋਨ 13 ਦੀ ਓਰਡਰਿੰਗ ਲਈ ਲਾਈਨ ਵਿਚ ਤਾਂ ਲੱਗ ਗਿਆ ਸੀ, ਪਰੰਤੂ ਪਰੀ-ਆਰਡਰ ਕਰਨ ਲਈ ਅਗਲੀ ਸਵੇਰੇ 5 ਵਜੇ ਉੱਠਣਾ ਵੀ ਲਾਜ਼ਮੀ ਸੀ ।

ਉਹ ਕਹਿੰਦਾ ਕੇ ਰੁਕ ਮੈਂ ਤੈਨੂੰ ਇਕ ਪ੍ਰਸ਼ਨ ਪੁੱਛਣਾ ਹੈ, ਮੈਂ ਰੁਕ ਗਿਆ ਤੇ ਉਹ ਆਪਣਾ ਪ੍ਰਸ਼ਨ ਭੁੱਲ ਗਿਆ। ਇਹੋ ਜਿਹੇ ਵਿਅਕਤੀ ਹੀ ਫ਼ਿਰ ਕਿਤਾਬ ਦਾ ਹਿੱਸਾ ਬਣ ਜਾਂਦੇ ਹਨ।

ਮੈਂ ਨਹੀਂ ਹਾਂ ਜਿਗਿਆਸੂ.. ਮੈਂ ਅਸਲ ਵਿਚ 'ਜਿ' ਤੇ ਹੀ ਰੁਕ ਗਿਆ ਸੀ, ਅੱਗੇ ਨਹੀਂ ਗਿਆਸੂ।

ਜ਼ਿੰਦਗੀ ਦਾ ਮੁੱਢਲਾ ਨਿਯਮ ਇਹ ਹੋਣਾ ਚਾਹੀਦਾ ਹੈ ਕਿ ਬੰਦਾ ਜਦੋਂ ,ਜੋ, ਅਤੇ ਜਿੰਨਾ ਵੀ ਕੋਈ ਕੰਮ ਕਰਨਾ ਚਾਹੇ , ਉਹ ਬੰਦਾ ਉਦੋਂ, ਉਹ, ਅਤੇ ਉੱਨਾ ਹੀ ਕੰਮ ਕਰੇ।

ਲੋਕਾਂ ਦੀ ਬੱਕਟ (bucket) ਵਿਚ ਘੁੰਮਣ ਫਿਰਨ ਵਾਲੀਆਂ ਜਗਾਹਾਂ ਹੁੰਦਿਆ ਹਨ, ਪਰ ਮੇਰੀ ਬੱਕਟ ਵਿਚ ਜਾਦਾਤਰ ਪਾਣੀ ਹੀ ਹੁੰਦਾ ਹੈ।

ਸਿਆਣਪ ਏਸੇ ਵਿਚ ਹੈ ਕੇ ਤੁਸੀਂ ਅਪਣੀ ਪੱਗ ਦੀ ਪੂਣੀ ਕੁੰਡੀ ਨਾਲ ਬੰਨ ਕੇ ਕਰੋ ਅਤੇ ਕਿਸੇ ਤੇ ਨਿਰਭਰ ਨਾ ਹੋਵੋ।

ਸਾਨੂੰ ਇਹ ਸਮਝ ਲੈਣਾ ਪਵੇਗਾ ਕੇ ਸਾਡੀ ਪੱਗ ਕਦੀ ਵੀ ਛੋਟੀ ਰਹਿ ਸਕਦੀ ਹੈ।

YouTube ਤੁਹਾਡੇ ਰੁਝਾਨ ਅਨੁਸਾਰ ਵੀਡੀਓਜ਼ ਦੇ ਸੁਝਾਅ ਦਿੰਦੀ ਰਹਿੰਦੀ ਹੈ ਪ੍ਰੰਤੂ ਉਹ ਇਹ ਨਹੀਂ ਸਮਝ ਪਾਂਦੀ ਕਿ ਮਨੁੱਖ ਕਦੀ ਕਦੀ ਕੁਝ ਨਵਾਂ ਵੀ ਦੇਖਣਾ ਚਾਹ ਸਕਦਾ ਹੈ ।

ਸਾਨੂੰ ਇਹ ਸਮਝ ਲੈਣਾ ਪਵੇਗਾ ਕੇ, ਪੱਗ ਨੂੰ ਪਰਨਾ ਬਣਾਉਣ ਦਾ ਸੌਖਾ ਤਰੀਕਾ ਉਸਨੂੰ ਡਰਾਇਰ ਵਿਚ ਸੁਕਾ ਲੈਣਾ ਹੁੰਦਾ ਹੈ।

ਮੈਨੂੰ ਰੋਜ਼ ਸਵੇਰੇ ਇਹ ਭੁੱਲ ਜਾਂਦਾ ਹੈ ਕਿ ਮੇਰੇ ਦੱਸ ਮਿੰਟ ਹੋਰ ਸੌਣ ਦਾ ਮੈਨੂੰ ਕੋਈ ਲਾਭ ਨਹੀਂ ਹੈ ।

ਕਈ ਵਾਰ ਇਮਤਿਹਾਨ ਵਿਚ ਪ੍ਰਸ਼ਨ ਦਾ ਉੱਤਰ ਨਹੀਂ ਆਉਂਦਾ ਹੁੰਦਾ ਪਰ ਕਈ ਵਾਰ ਤਾਂ ਪ੍ਰਸ਼ਨ ਹੀ ਸਮਝ ਨਹੀਂ ਆਂਉਂਦਾ।

ਜਦੋਂ ਤੁਸੀ ਆਪਣੇ ਪੁਰਾਣੇ ਆਈ ਫੋਨ ਦਾ ਵਪਾਰ ਕਰਕੇ ਨਵਾ ਆਈ ਫੋਨ ਲੈ ਲਓ ਤਾਂ ਤੁਹਾਡੇ ਲਈ ਨਵੇਂ ਫੋਨ ਦੀ ਫੋਟੋ ਖਿੱਚ ਕੇ ਭੇਜਣੀ ਔਖੀ ਹੋ ਜਾਂਦੀ ਹੈ।

ਬਰਫ਼ ਨੂੰ ਛੇਤੀ ਖੋਰਨ ਲਈ ਤੁਸੀਂ ਉਸਨੂੰ ਮਾਈਕਰੋਵੇਵ ਕਰ ਤਾਂ ਸਕਦੇ ਹੋ ਪ੍ਰੰਤੂ ਤੁਹਾਨੂੰ ਉਸਦਾ ਕੋਈ ਲਾਭ ਨਹੀਂ ਹੋਵੇਗਾ।

ਤੁਸੀਂ ਭੱਜ ਕੇ ਪੌੜੀਆਂ ਤਾਂ ਚੜ੍ਹ ਸਕਦੇ ਹੋ ਪਰ ਲਿਫ਼ਟ ਵਿਚ ਤੁਹਾਨੂੰ ਖੜ੍ਹ ਕੇ ਹੀ ਜਾਣਾ ਪੈਂਦਾ ਹੈ।

ਇਹ ਗੱਲ ਤਾਂ ਸਪਸ਼ਟ ਹੋ ਚੁੱਕੀ ਹੈ ਕੇ ਰੋਟੀ ਖਾਣ ਲੱਗੇ ਨੈੱਟਫਲਿਕਸ ਲਗਾ ਲਵੋ ਤਾਂ ਰੋਟੀ ਖਤਮ ਹੋਣ ਤਕ ਵੀ ਇਹ ਨਿਰਣਾ ਨਹੀਂ ਹੋ ਪਾਉਂਦਾ ਕੇ ਦੇਖਿਆ ਕੀ ਜਾਵੇ।

ਗੱਡੀ ਦੀ ਰੌਸ਼ਨੀ ਘੱਟ ਨਹੀ ਸੀ.. ਅਸਲ ਵਿਚ ਦਿਨ ਹੀ ਹਜੇ ਪੂਰੀ ਤਰ੍ਹਾਂ ਢਲਿਆ ਨਹੀ ਸੀ।

ਕਿਤਾਬ ਬਾਰੇ ਕੁੱਝ ਗੱਲਾਂ

ਉਹਨਾਂ ਨੇ ਕਿਤਾਬ 'ਪ੍ਰੌਫਿਟ' ਲਈ ਨਹੀਂ ਲਿਖੀ ਸੀ, ਸਗੋਂ ਫਿੱਟ ਲਾਹਨਤਾਂ ਪਾਉਣਲਈ ਲਿਖੀ ਸੀ ।

ਪੱਥਰ ਉੱਤੇ ਲਕੀਰ

ਲਿਖਤ ਲਿਖਾਰੀ ਕਰਕੇ ਪ੍ਰਸਿੱਧ ਨਹੀਂ ਹੁੰਦੀ, ਲਿਖਾਰੀ ਲਿਖਤ ਕਰਕੇ ਪ੍ਰਸਿੱਧ ਹੁੰਦਾ ਹੈ।

ਦਾਰੂ ਪੀਣੀ ਸੌਖੀ ਹੁੰਦੀ ਹੈ ਪਰ ਓਹਨੂੰ ਹਜ਼ਮ ਕਰਨਾ ਹਰ ਇਕ ਦੇ ਵੱਸ ਦੀ ਗੱਲ ਨਹੀਂ ।

ਪੀਜ਼ੇ ਦੀ ਸ਼ੂਰੂਆਤ ਚਾਹੇ ਇਟਲੀ ਵਿਚ ਹੀ ਹੋਈ ਸੀ.. ਪਰੰਤੂ ਪੀਜ਼ੇ ਦਾ ਅਖੀਰ ਕੈਨੇਡਾ ਦੇ ਪੰਜਾਬੀਆਂ ਨੇ ਹੀ ਕਰਾਇਆ ਹੈ।

ਆਪਣਾ ਨਾਮ ਬਰਖਤੁੱਲਾ ਤੋਂ ਬੈਰਕ ਕਰਕੇ ਤੁਸੀਂ ਅਮਰੀਕਾ ਵਿਚ ਨਸਲਵਾਦ ਤੋਂ ਬਚ ਨਹੀ ਸਕਦੇ।

Presentation ਤੋਂ ਪਹਿਲਾਂ ਜੇ ਇਕ ਪੈਗ ਫ਼ਾਇਦਾ ਨਹੀਂ ਕਰਦਾ ਤਾਂ ਫ਼ਿਰ ਨੁਕਸਾਨ ਵੀ ਨਹੀਂ ਕਰਦਾ।

ਮੇਰਾ ਇਕ ਮਿੱਤਰ ਬੁਹਤ ਅਸੂਲੀ ਸੀ.. ਓਹ ਵਾਦੇ ਨਹੀਂ ਤੋੜਦਾ ਸੀ। ਉਹ ਵਾਦੇ ਕਰਦਾ ਵੀ ਨਹੀਂ ਸੀ।

ਸਾਨੂੰ ਇਹ ਸਮਝ ਲੈਣਾ ਪਵੇਗਾ ਕੇ ਦਰਵਾਜਾ ਖੋਲਣ ਲਈ ਹੈਂਡਲ ਨੂੰ ਹੱਥ ਤਾਂ ਪਾਉਣਾ ਹੀ ਪਵੇਗਾ ।

ਸਾਨੂੰ ਇਹ ਪੱਲੇ ਬਣ ਲੈਣਾ ਚਾਹੀਦਾ ਹੈ ਕੇ ਗੱਡੀ ਨੂੰ ਅੱਗੇ ਤੋਰਨ ਲਈ ਪਾਰਕਿੰਗ ਬ੍ਰੇਕ ਹਟਾਉਣੀ ਹੀ ਪਵੇਗੀ।

ਖੰਡ ਪਾ ਲੈਣੀ ਹੀ ਕਾਫ਼ੀ ਨਹੀਂ ਹੁੰਦੀ, ਉਸਦਾ ਮਜ਼ਾ ਲੈਣ ਲਈ ਉਸਨੂੰ ਘੋਲਣਾ ਵੀ ਲਾਜ਼ਮੀ ਹੁੰਦਾ ਹੈ।

ਸਾਨੂੰ ਇਹ ਸਮਝ ਲੈਣਾ ਪਵੇਗਾ ਕੇ ਭੂੰਡੀ ਵੱਢ ਦੀ ਨਹੀਂ, ਉਹ ਲੜ੍ਹਦੀ ਹੁੰਦੀ ਹੈ।

ਸਾਨੂੰ ਇਹ ਸਮਝ ਲੈਣਾ ਪਵੇਗਾ ਕੇ ਚੂੰਡੀ ਮਾਰੀ ਨਹੀਂ ਜਾਂਦੀ,
ਉਹ ਵੱਢੀ ਜਾਂਦੀ ਹੈ।

ਸਾਨੂੰ ਇਹ ਸਮਝ ਲੈਣਾ ਚਾਹੀਦਾ ਹੈ ਕੇ ਦੰਦ
ਮਾਰੇ ਜਾਂਦੇ ਹਨ ਤੇ ਦੰਦੀ ਵੱਢੀ ਜਾਂਦੀ ਹੈ ।

ਸਾਨੂੰ ਇਹ ਗੱਲ ਦਰੁਸਤ ਕਰ ਲੈਣੀ ਪਵੇਗੀ ਕੇ ਪੈਗ ਬਣਾਉਣ ਲਈ ਗਲਾਸ ਦਾ ਹੋਣਾ ਬਹੁਤ ਲਾਜ਼ਮੀ ਹੈ ।

ਇਕ ਗੱਲ ਵਿਦਿਆਰਥੀਆਂ ਨੂੰ ਹਮੇਸ਼ਾ ਯਾਦ ਰੱਖਣੀ ਚਾਹੀਦੀ ਹੈ ਕੇ ਲਾਂਡਰੀ ਨੂੰ ਡਰਾਈ ਸਾਈਕਲ ਤੇ ਲਾਉਣ ਲੱਗਿਆਂ, ਆਪਣਾ ਮੋਡ ਸਿਲੈਕਟ ਕਰਕੇ ਸਟਾਰਟ ਬਟਨ ਨੱਪਣਾ ਵੀ ਲਾਜ਼ਮੀ ਹੁੰਦਾ ਹੈ, ਵਰਨਾ ਤੁਹਾਦੀ ਮਸ਼ੀਨ ਤੁਹਾਡੇ ਦਿਮਾਗ ਵਾਂਗੂ ਅਨ-ਵਰਤੀ ਹੀ ਰਿਹ ਜਾਂਦੀ ਹੈ।

ਸਾਨੂੰ ਇਹ ਗੱਲ ਸਮਝ ਲੈਣੀ ਪਵੇਗੀ ਕਿ ਬੀ.ਐਮ. ਡਬਲਿਊ ਖਰੀਦਣੀ ਸੌਖੀ ਹੁੰਦੀ ਹੈ ਪ੍ਰੰਤੂ ਇਹ ਵੇਚਣੀ ਕਬਾੜ ਵਿਚ ਹੀ ਪੈਂਦੀ ਹੈ।

ਸਾਨੂੰ ਇਹ ਸਮਝ ਲੈਣਾ ਪਵੇਗਾ ਕੇ ਫੂਫੜ 'ਫ਼ੱਫ਼ੇ' ਨਾਲ ਨਹੀਂ 'ਫੱਫੇ' ਨਾਲ ਲਿਖਿਆ ਜਾਂਦਾ ਹੈ।

ਸਾਨੂੰ ਇਹ ਗੱਲ ਸਮਝ ਲੈਣੀ ਪਵੇਗੀ ਕੇ ਜੇ ਅਸੀ ਸਬਜੀ ਵਿਚ ਲੂਣ ਨਹੀ ਪਾਵਾਂਗੇ ਤਾਂ ਸਬਜੀ ਫਿੱਕੀ ਬਣੇਗੀ।

ਸਿਆਣਪ ਏਸੇ ਵਿਚ ਹੈ ਕੇ ਤੁਸੀਂ ਜਰਾਬਾਂ ਪੈਰਾਂ ਵਿਚ ਪਾਓ ਅਤੇ ਪੈਰ ਬੂਟਾਂ ਵਿਚ।

ਨਾਮ ਹੁੰਦਾ ਤਾਂ ਤੁਹਾਡਾ ਆਪ ਦਾ ਹੈ ਪਰ ਵਰਤਦੇ ਉਸਨੂੰ ਬਾਕੀ ਸਭ ਨੇ । ਸਵਾਰੀ ਆਪਣੇ ਸਮਾਨ ਦੀ ਹੀ ਨਹੀਂ, ਆਪਣੇ ਸਨਮਾਨ ਦੀ ਵੀ ਆਪ ਹੀ ਜਿੰਮੇਵਾਰ ਹੁੰਦੀ ਹੈ।

ਬੋਲਣ ਵੇਲੇ ਜੁਬਾਨ ਨਰਮ ਰਖੋ, ਪ੍ਰੰਤੂ ਬੋਲੇ ਹੋਏ ਬੋਲ ਪੁਗਾਉਣ ਵੇਲੇ ਜੁਬਾਨ ਦਾ ਪੱਕਾ ਹੋਣਾ ਤੁਹਾਡੇ ਦਮਦਾਰ ਹੋਣ ਦਾ ਪੱਕਾ ਸਬੂਤ ਪੇਸ਼ ਕਰਦਾ ਹੈ।

ਸੇਵਾ ਕਰਾਉਣੀ ਸੌਖੀ ਤੇ ਕਰਣੀ ਔਖੀ ਹੰਦੀ ਹੈ।

ਤੜਕੇ ਉੱਠਣਾ ਅਤੇ ਤੜਕਾ ਬਣਾ ਕੇ ਰੱਖਣਾ, ਇਹ ਦੋਵੇਂ ਆਦਤਾਂ ਇੱਕ ਸਮਝਦਾਰ ਅਤੇ ਸਿਹਤਮੰਦ ਵਿਅਕਤੀ ਦੀਆਂ ਪੱਕੀਆਂ ਆਦਤਾਂ ਹਨ।

ਸਾਨੂੰ ਇਹ ਗੱਲ ਸਮਝ ਲੈਣੀ ਚਾਹੀਦੀ ਹੈ ਕਿ ਅੱਗ ਬਾਲੀ ਜਾਂਦੀ ਹੈ ਅਤੇ ਆਂਡੇ ਉਬਾਲੇ ਜਾਂਦੇ ਹਨ।

ਸਾਨੂੰ ਇਹ ਗੱਲ ਸਮਝ ਲੈਣੀ ਪਵੇਗੀ ਕਿ ਕਣਕ ਵੱਡੀ ਜਾਂਦੀ ਹੈ ਤੇ ਆਲੂ ਪੱਟੇ ਜਾਂਦੇ ਹਨ।

ਪੱਗ ਸੋਹਣੀ ਬੰਨਣ ਲਈ ਪੂਣੀ ਦਾ ਵਧੀਆ ਹੋਣਾ ਬਹੁਤ ਮਹੱਤਵਪੂਰਨ ਹੁੰਦਾ ਹੈ।

ਪੱਗ ਬੰਨਣ ਸਮੇਂ ਤੁਹਾਨੂੰ ਖਿਆਲ ਰੱਖਣਾ ਚਾਹੀਦਾ ਹੈ ਕਿ ਕੁੰਡੀ ਨਾਲ ਬੰਨੇ ਹੋਏ ਪਾਸੇ ਵਿਚ ਮੋਰੀ ਨਾ ਹੋ ਗਈ ਹੋਵੇ।

ਅੰਬਰੋਂ ਡਿੱਗਦੇ ਮੀਂਹ ਤੋਂ ਬਚਣ ਲਈ ਅੰਬਰੇਲਾ ਲੈਣੀ ਚੰਗੀ ਆਦਤ ਹੁੰਦੀ ਹੈ।

ਜਦੋਂ ਕਿਸੇ ਇਨਸਾਨ ਦੇ ਬਾਹਰੀ ਪਹਿਰਾਵੇ ਵਾਲੀਆਂ ਚੀਜ਼ਾਂ ਦੀ ਕੀਮਤ ਬਹੁਤ ਜ਼ਿਆਦਾ ਹੋ ਜਾਵੇ, ਤਾਂ ਉਸਦੀ ਆਪਦੀ ਕੀਮਤ ਦਾ ਗਿਰ ਜਾਣਾ ਯਕੀਨੀ ਹੁੰਦਾ ਹੈ।

ਕਿਤਾਬ ਬਾਰੇ ਕੁੱਝ ਗੱਲਾਂ

ਇਹ ਕਿਤਾਬ ਲਿਖੀ ਤਾਂ ਪੁੱਲਮੈਨ 'ਚ ਗਈ ਹੈ ਪਰ ਇਸ ਦੀ ਸ਼ੁਰੂਆਤ ਐਡਮਿੰਟਨ ਵਿਚ ਹੋ ਗਈ ਸੀ।

ਭੁੱਖ ਮਿਟੇ ਸੁੱਖ ਮਿਲੇ

'ਬੁਰੀਟੋ' ਇਸ ਲਈ ਨਹੀਂ ਖੁੱਲਾ ਕਿਓਂਕਿ ਕਾਮਾ ਅਣਜਾਣ ਸੀ, ਪਰ ਇਸਲਈ ਖੁੱਲਾ ਕਿਓਂਕਿ ਅੰਨ ਵਿਚ ਜਾਨ ਨਹੀਂ ਸੀ |

ਗੱਲ ਚਾਹ ਦੀ ਨਹੀਂ ਸੀ, ਉਹਦੀ ਉਹ ਵਾਲੀ ਚਾਹ
ਬਣਾਉਣ ਦੀ ਚਾਅ ਹੀ ਨਹੀਂ ਸੀ ।

ਉਸਨੂੰ ਇਹ ਨਹੀਂ ਪਤਾ ਸੀ ਕੇ ਸਬਜ਼ੀ ਕੀ ਬਣਾਉਣੀ ਹੈ, ਪਰੰਤੂ ਉਸਨੂੰ ਇਹ ਪਤਾ ਸੀ ਕੇ ਪਿਆਜ਼ ਕੱਟਣੇ ਹਨ ।

ਉਹ ਸਬਜ਼ੀ ਦਾ ਸੋਚ ਕੇ ਪਿਆਜ਼ ਨਹੀਂ ਕੱਟ ਰਿਹਾ ਸੀ, ਉਹ ਪਿਆਜ਼ ਕੱਟਦਾ ਕੱਟਦਾ ਸਬਜ਼ੀ ਬਾਰੇ ਸੋਚ ਰਿਹਾ ਸੀ ।

ਉਸਨੇ ਚਿਕਨ ਤਾਂ ਡਰਾਏ ਹੀ ਬਣਾਉਣਾ ਸੀ, ਪ੍ਰੰਤੂ ਤਰੀ ਵਾਲਾ ਕੜਾਹੀ 'ਚ ਆਪੇ ਬਣ ਗਿਆ ।

ਕਈ ਵਾਰ ਰੋਟੀ ਇੰਨੀ ਸਵਾਦ ਨਹੀਂ ਹੁੰਦੀ,
ਬੱਸ ਭੁੱਖ ਹੀ ਬਾਹਲੀ ਲੱਗੀ ਹੁੰਦੀ ਹੈ।

ਪੀਜ਼ਾ ਗਲਤੀ ਨਾਲ ਛੋੱਟਾ ਨਹੀਂ ਆਇਆ ਸੀ, ਸਹੁਰੀ ਦਾ ਉਹ ਆਪ ਹੀ ਖਾਣ ਸੂਰਾ ਰਿੱਛ ਸੀ।

ਮੇਰਾ ਦੋਸਤ ਹਰ ਗੱਲ ਤੋਂ ਮੁਕਰ ਰਿਹਾ ਸੀ, ਮੈਂ ਆਪਦੇ ਦੂਜੇ ਦੋਸਤ ਨੂੰ ਕਿਹਾ ਕੇ ਕੁਝ ਕਰ ਤੇ ਇਹਨੂੰ ਕਿਸੇ ਵੀ ਗੱਲ ਤੇ ਲੈ ਆ, ਉਹ ਕੰਜਰ ਦਾ ਮੇਰੇ ਲਈ ਬੇਗਲ ਲੈ ਆਇਆ ।

ਮੁਸ਼ਕਿਲ ਇਹ ਨਹੀਂ ਹੁੰਦੀ ਕੇ ਅੱਜ ਖਾਣਾ ਕੀ ਹੈ, ਮੁਸ਼ਕਿਲ ਇਹ ਹੈ ਕੇ ਸਾਨੂੰ ਖਾਣ ਲਈ ਬਣਾਉਣਾ ਕੀ ਕੀ ਆਉਂਦਾ ਹੈ।

ਮਿਰਚ ਤਾਂ ਚਿਪੋਤਲੇ ਵਾਲੇ ਨੇ ਕਾਫ਼ੀ ਪਾਈ ਸੀ, ਪ੍ਰੰਤੂ ਮਿਰਚ ਖਾਣ ਦਾ ਅਹਿਸਾਸ ਥੋੜੀ ਦੇਰ ਨਾਲ ਹੋਇਆ।

ਸਮੂਧੀ ਬਣਾਉਣੀ ਤਾਂ ਆਸਾਨ ਹੁੰਦੀ ਹੀ ਹੈ,
ਉਸ ਨੂੰ ਪੀਣਾ ਵੀ ਬੇਹੱਦ ਸੌਖਾ ਹੈ।

ਉਸਨੇ ਟੌਰਟਿਲਾ ਨੂੰ ਮੱਖਣ ਲਾ ਕੇ ਤਵੇ ਤੇ ਗਰਮ
ਕਰਕੇ ਮੱਖਣ-ਨਾਨ ਬਣਾ ਲਿਆ ਸੀ।

ਪਰੌਂਠਾ ਕਦੇ ਬੰਦੇ ਨੂੰ ਯਾਦ ਨਹੀਂ ਕਰਦਾ ਪਰ
ਬੰਦਾ ਹਮੇਸ਼ਾ ਪਰੌਂਠੇ ਨੂੰ ਯਾਦ ਕਰਦਾ ਹੈ।

ਰੈਸਟੋਰੈਂਟ ਵਾਲਿਆਂ ਨੇ ਇਨਫੈਕਟਡ ਜਿਗਰ (ਚਿਕਨ ਲਿਵਰ) ਖਵਾ ਕੇ ਬਹੁਤ ਵਡਾ ਜਿਗਰਾ ਦਿਖਾਇਆ ਸੀ (ਜ਼ਿਕਰ ਯੋਗ ਗੱਲ ਇਹ ਸੀ ਕੇ ਰੈਸਟੋਰੈਂਟ ਵਾਲਿਆਂ ਨੂੰ ਲਗਾ ਕੇ ਵੈਲੇਨਟਾਈਨ ਡੇ ਵਾਲੇ ਦਿਨ ਕੰਪਲੀਮੈਂਟਰੀ ਚਿਕਨ ਲਿਵਰ (ਦਿਲ ਦੇ ਆਕਾਰ ਦਾ) ਖਵਾਉਣਾ ਬਹੁਤ ਰੋਮਾਂਟਿਕ ਹੋਵੇਗਾ।)

ਪੇਪਰ ਪਲੇਟਾਂ ਚ ਖਾਣਾ ਤਾਂ ਸਵਾਦ ਲਗਦਾ ਹੀ ਹੈ, ਉਹ ਖਾਣ ਤੋਂ ਬਾਅਦ ਵਾਲਾ ਕੰਮ ਵੀ ਘਟਾਉਂਦੀਆਂ ਹਨ ।

ਕਈ ਲੋਕ ਫਰਿੱਜ ਖੋਲਦੇ ਹਨ ਕੁਝ ਸਮਾਨ ਕੱਢਣ ਲਈ ਪਰੰਤੂ ਕਈ ਲੋਕ ਫਰਿੱਜ ਖੋਲਦੇ ਹਨ ਇਹ ਦੇਖਣ ਲਈ ਕੇ ਉਹ ਕੀ ਕੱਢ ਸਕਦੇ ਹਨ।

ਜੋ ਲੋਕ ਜਿਮ ਜਾਂਦੇ ਹਨ, ਉਹਨਾਂ ਦਾ ਭੋਜਨ ਤਾਂ ਸਿਹਤਮੰਦ ਹੁੰਦਾ ਹੀ ਹੈ.. ਨਾਲ ਦੀ ਨਾਲ ਉਹਨਾਂ ਦੇ ਸਨੈਕਸ ਵੀ ਸਿਹਤਮੰਦ ਹੁੰਦੇ ਹਨ, ਬਦਾਮ ਖਾ ਕੇ ਆਪਣਾ ਮੰਨ ਮਾਰ ਲੈਂਦੇ ਹਨ ।

ਦਾਲ ਚੌਲ ਬਨਾਉਨੇ ਤਾਂ ਸੌਖੇ ਹੀ ਹਨ, ਅਸਲ ਵਿਚ ਇਹਨਾ ਨੂੰ ਪਚਾਉਣ ਵਿਚ ਵੀ ਬਹੁਤੀ ਤਕਲੀਫ ਨਹੀਂ ਹੁੰਦੀ ।

ਜਿਹੜਾ ਫੂਡ ਰੈਸਟੋਰੈਂਟ ਚ ਬਚ ਜਾਂਦਾ ਹੈ..ਉਹ ਅਕਸਰ ਘਰ ਲੈ ਕੇ ਆਉਣ ਤੇ ਵੀ ਸੁੱਟਣਾ ਹੀ ਪੈਂਦਾ ਹੈ।

ਕਈ ਵਾਰ ਕਾਲਜ ਦੇ ਕੈਂਪਸ ਤੇ ਚੱਲਦੇ-ਚੱਲਦੇ ਮੇਰਾ ਇਕ ਦਮ ਜੀਰੇ ਵਾਲੇ ਆਲੂਆਂ ਨਾਲ ਪਲੇਨ ਪਰਾਂਠੇ ਖਾਣ ਦਾ ਮੰਨ ਕਰ ਆਉਂਦਾ ਹੈ।

ਥੋੜੀ ਚੀਜ਼ ਵੱਧ ਸਵਾਦੀ ਲਗਦੀ ਹੈ।

ਬਨਾਨਾ ਨੂੰ ਖਾਣ ਲਈ ਤੁਹਾਨੂੰ ਕੁੱਝ ਹੋਰ ਬਣਾਨਾ ਨਹੀਂ ਪੈਂਦਾ।

ਪੂਰੀਆਂ ਸਵਾਦ ਤਾਂ ਪੂਰੀਆਂ ਹੀ ਸਨ, ਉਹ ਫੁੱਲੀਆਂ ਵੀ ਪੂਰੀਆਂ ਸਨ।

ਮੁਰਗਾ ਹੈ ਤੇ ਇਕ ਜਾਨਵਾਰ, ਪਰੰਤੂ ਜਿਆਦਾਤਰ ਮਨੁੱਖ ਮੁਰਗਾ ਸ਼ਬਦ ਸੁਣ ਕੇ ਕੋਈ ਨਾ ਕੋਈ ਪਕਵਾਨ ਦੀ ਕਲਪਨਾ ਕਰਦੇ ਹਨ ।

ਬ੍ਰੇਕਫਾਸਟ ਨੂੰ ਪੰਜਾਬੀ ਵਿਚ ਵਰਤ ਤੋੜ ਭੋਜਨ ਕਿਹਾ ਜਾਂਦਾ ਹੈ।

ਓਹਨੂੰ ਕਿਸਮਤ ਨਾਲ ਬਿਨਾਂ ਹੱਡੀ ਵਾਲੇ ਟੁਕੜੇ ਨਹੀਂ ਮਿਲੇ ਸਨ, ਓਹ ਤਾਂ ਅਸਲ ਵਿਚ ਚਿਕਨ ਹੀ ਹੱਡੀ ਰਹਿਤ ਸੀ।

ਜ਼ਰੂਰੀ ਨਹੀਂ ਕੇ ਜੇ ਰੈਸਟੋਰੈਂਟ ਦੀ ਰੋਟੀ ਸਵਾਦ ਹੋਵੇ ਤਾਂ ਗਾਹਕ ਵਾਪਸ ਓਥੇ ਖਾਣ ਆਵੇਗਾ ਪਰ ਜੇਕਰ ਰੋਟੀ ਸਵਾਦ ਨਾ ਹੋਵੇ ਤਾਂ ਗਾਹਕ ਜ਼ਰੂਰੀ ਹੀ ਵਾਪਸ ਨਹੀਂ ਆਵੇਗਾ।

ਸਾਨੂੰ ਇਹ ਗੱਲ ਸਮਝ ਲੈਣੀ ਪਵੇਗੀ ਕੇ ਜਿਵੇਂ ਜਿਵੇਂ ਢਿੱਡ ਭਰਦਾ ਜਾਂਦਾ ਹੈ, ਉਵੇਂ ਉਵੇਂ ਹੀ ਜੀਬ ਦੇ ਨਖਰੇ ਵਧਦੇ ਜਾਂਦੇ ਹਨ ਤੇ ਜਿਵੇਂ ਜਿਵੇਂ ਭੁੱਖ ਵਧਦੀ ਹੈ ਉਵੇਂ ਉਵੇਂ ਜੀਬ ਵੀ ਆਪਣੇ ਨਖਰੇ ਘਟਾਉਂਦੀ ਜਾਂਦੀ ਹੈ।

ਕਿਤਾਬ ਬਾਰੇ ਕੁੱਝ ਗੱਲਾਂ

'ਸਿਆਣੇ ਬਣਕੇ' ਦੇ ਭੋਰੂ ਚੈਪਟਰ ਪੜ੍ਹਨ ਤੋਂ ਬਾਅਦ ਇਕ ਪਾਠਕ ਨੇ ਕਿਹਾ, "ਇਹ ਕੀ ਭੋਰੀ ਜਾਂਦੇ ਆ"। ਓਸ ਦੇ ਹਿਸਾਬ ਨਾਲ ਉਹ ਕ੍ਰਿਟਿਕ ਸੀ.. ਸਾਡੇ ਹਿਸਾਬ ਨਾਲ ਉਹ ਸਾਡਾ ਪਾਠਕ ਸੀ।

ਵਸਤੂ ਵਾਰਤਕ

ਕੰਧ ਤੇ ਲੱਗਾ ਫ਼ਰੇਮ ਕੰਧ ਨੂੰ ਕਹਿੰਦਾ ਕੇ ਮੈਂ ਤੇਰੀ ਸ਼ਾਨ ਹਾਂ ਤੇ ਮੇਰੇ ਬਿਨਾ ਤੇਰੇ ਵੱਲ ਕੋਈ ਵੀ ਨੀ ਵੇਖਦਾ, ਪਰੰਤੂ ਕੰਧ ਅਸੂਲੀ ਸੀ ਤੇ ਉਹ ਕਹਿੰਦੀ ਕੇ ਛੋਟੇ ਵੀਰ, ਇਕ ਦਿਨ ਤੂੰ ਸਮਝੇਂਗਾ ਕੇ ਅਸਲ 'ਚ ਜੇ ਮੈਂ ਨਾ ਹੁੰਦੀ ਤਾਂ ਤੂੰ ਵੀ ਨਾ ਹੁੰਦਾ।

ਜੁੱਤੀ ਰੈਕ ਜੁੱਤੀਆਂ ਨੂੰ ਕਹਿੰਦਾ ਕਿ ਤੁਸੀਂ ਸਾਰਾ ਦਿਨ ਕਿਸੇ ਦੇ ਪੈਰਾਂ ਦੀ ਗੁਲਾਮੀ ਕੱਟਣ ਤੋਂ ਬਾਅਦ ਰਾਤ ਨੂੰ ਮੇਰੇ ਸਰ ਚੜ੍ਹ ਕੇ ਆਜ਼ਾਦੀ ਦਾ ਨਿੱਘ ਮਾਣਦੀਆਂ ਹੋਂ।

ਫਰਿੱਜ ਵਿੱਚ ਪਈਆਂ ਵਸਤੂਆਂ ਮੱਖਣ ਨੂੰ ਮਖੌਲ ਕਰਦੇ ਹੋਏ ਕਹਿੰਦਿਆਂ ਕੇ ਤੂੰ ਜਦ ਵੀ ਬਾਹਰ ਜਾਂਦਾ ਹੈਂ ਤਾਂ ਛੋਟਾ ਹੋ ਕੇ ਵਾਪਸ ਆਉਂਦਾ ਹੈਂ।

ਕਾਗਜ਼ ਕਲਮ ਨੂੰ ਕਹਿੰਦਾ ਕੇ ਤੂੰ ਮੇਰੇ ਬਿਨਾ ਕੱਖ ਦੀ ਨਹੀਂ ਹੈਂ ਪਰ ਕਲਮ ਕਹਿੰਦੀ ਕੇ ਮੈਂ ਹੱਥ ਤੇ ਲਿਖ ਸਕਦੀ ਹਾਂ। ਅੱਗਿਓਂ ਕਾਗਜ਼ ਦਾ ਜਵਾਬ ਹੈਰਾਨ ਕਰਣ ਵਾਲਾ ਸੀ। ਉਹ ਕਹਿੰਦਾ ਮੈਂ ਵੀ ਫਿਰ ਪੈਨਸਿਲ ਤੋਂ ਲਿਖਵਾ ਲਵਾਂਗਾ।

ਢੱਕਣ ਸਮਝਦਾ ਹੈ ਕੀ ਬੋਤਲ ਦੀ ਹੋਂਦ ਉਸ ਬਿਨਾਂ ਅਧੂਰੀ ਹੈ, ਪਰੰਤੂ ਢੱਕਣ ਇਹ ਨਹੀਂ ਜਾਣਦਾ ਕੇ ਬੋਤਲ ਬਿਨਾਂ ਢੱਕਣ ਦੀ ਕੋਈ ਹੋਂਦ ਹੀ ਨਹੀਂ ।

ਟੂਟੀ ਕਰਕੇ ਪਾਣੀ ਨਹੀਂ ਆਉਂਦਾ, ਪਾਣੀ ਹੁੰਦਾ ਹੈ ਇਸ ਲਈ ਟੂਟੀ ਲਾਈ ਜਾਂਦੀ ਹੈ।

ਰਿਮੋਟ ਨੇ ਬੜੇ ਗਰੂਰ ਨਾਲ ਟੀ.ਵੀ. ਨੂੰ ਕਿਹਾ ਕੇ ਤੂੰ ਮੇਰੇ ਇਸ਼ਾਰੇ ਤੇ ਚੱਲਦਾ ਹੈਂ, ਪਰ ਟੀਵੀ ਦਾ ਉੱਤਰ ਹੈਰਾਨ ਕਰਨ ਵਾਲਾ ਸੀ। ਓਹ ਕਹਿੰਦਾ ਹਾਂ ਚਲਦਾ ਹਾਂ, ਪਰ ਤੂੰ ਵੀ ਤਾਂ ਕਿਸੇ ਹੋਰ ਦੇ ਇਸ਼ਾਰੇ ਤੇ ਹੀ ਚੱਲਦਾ ਹੈਂ।

ਟ੍ਰੇ ਗਲਾਸ ਨੂ ਪੁੱਛਦੀ ਹੈ ਕੇ ਤੂੰ ਕਦ ਮੇਰੀ ਮੁਹੱਬਤ ਦਾ ਮੁੱਲ ਤਾਰੇਂਗਾ। ਮੈਂ ਨਿਤ ਤੇਰੇ ਪੈਰਾਂ 'ਚ ਵਿਛ ਜਾਂਦੀ ਹਾਂ ਪਰ ਤੂੰ ਹੋਰਾਂ ਦੇ ਹੱਥ ਆ ਜਾਂਦਾ ਹੈਂ.. ਗਲਾਸ ਕੁਝ ਨਾ ਬੋਲਿਆ। ਬੱਸ ਟ੍ਰੇ ਤੋਂ ਵਿਦਾ ਹੋਣ ਲੱਗੇ ਆਪਣੇ ਵਿੱਚੋਂ ਦੋ ਛਿੱਟੇ ਡੋਲ ਕੇ ਬੁਹਤ ਕੁਝ ਕਹਿ ਗਿਆ।

ਕਿਤਾਬ ਬਾਰੇ ਕੁੱਝ ਗੱਲਾਂ

ਜੇ ਇਹ ਕਿਤਾਬ ਪੜ੍ਹ ਕੇ ਤੁਹਾਨੂੰ ਲਗਦਾ ਹੈ ਕਿ ਇਹੋ ਜਿਹੀਆਂ ਗੱਲਾਂ ਤਾਂ ਅਸੀਂ ਵੀ ਕਰ ਸਕਦੇ ਸੀ, ਤਾਂ ਮੈਂ ਸਪਸ਼ਟ ਕਰ ਦੇਣਾ ਚਾਹੁੰਦਾ ਹਾਂ ਕੇ ਤੁਸੀਂ ਬਿਲਕੁਲ ਠੀਕ ਹੋ ਅਤੇ ਤੁਹਾਨੂੰ ਇਹ ਉਪਰਾਲਾ ਜ਼ਰੂਰ ਕਰਨਾ ਚਾਹੀਦਾ ਹੈ।

ਨਿੱਤ ਦੇ ਗਣਿਤ

ਫਾਰਮੂਲਾ ਬਾਹਲਾ ਇਜ਼ੀ ਨਹੀਂ ਸੀ, ਪਰ ਉਹ ਔਖਾ ਵੀ ਨਹੀਂ ਸੀ ।

ਉਹ ਟੈਚੀ ਦੇਣ ਨਹੀਂ ਆਇਆ ਸੀ ਸਹੁਰੀ ਦਾ ਟੈਚੀ ਦੇਣ ਬਹਾਨੇ ਪ੍ਰੈਸ ਲੈਣ ਆਇਆ ਸੀ।

ਨੌਰਥ ਅਮਰੀਕਾ ਦੇ ਫਾਸਟ ਫੂਡ ਜੌਇੰਟ ਅਤੇ ਇੰਡੀਆ ਦੀਆਂ ਰੇੜ੍ਹੀਆਂ, ਦੋਵਾਂ ਦੀਆਂ ਟਾਰਗੇਟ ਮਾਰਕੀਟਾਂ ਲਗਭਗ ਸਮਾਨ ਹੀ ਹਨ।

ਓਹਨਾ ਦੇ ਬਿਜ਼ਨਸ ਦੀ ਮਿਸ਼ਨ ਸਟੇਟਮੈਂਟ ਇੰਨੀ ਭੋਰੂ ਸੀ ਕਿ ਉਸਨੂੰ ਪੜ੍ਹ ਕੇ ਓਹਨਾ ਦੇ ਮਿਸ਼ਨ ਬਾਰੇ ਭੋਰਾ ਵੀ ਜਾਣਕਾਰੀ ਨਹੀਂ ਸੀ ਮਿਲਦੀ।

ਉਹਦੇ ਹਿਸਾਬ ਨਾਲ ਪ੍ਰੇਜ਼ਨਟੇਸ਼ਨ ਵਿਚ ਫੋਨ ਚਲਾਉਣਾ ਤਾਂ ਗਲਤ ਸੀ, ਪ੍ਰੰਤੂ ਲੈਪਟੌਪ ਯੂਜ਼ ਕਰਨ ਨਾਲ ਉਸਨੂੰ ਕੋਈ ਪ੍ਰੋਬਲਮ ਨਹੀਂ ਸੀ ।

ਉਹ ਗੱਲਾਂ ਤਾਂ ਗੈਰ-ਮੁਨਾਫ਼ਾ ਵਾਲੀਆਂ ਕਰ ਰਹੇ ਸੀ, ਪ੍ਰੰਤੂ ਵਿਦਿਆਰਥੀਆਂ ਦੀ ਫੀਸ ਮੁਆਫ ਕਰਨ ਵਾਲੀ ਗੱਲ ਓਹਨਾ ਨੂੰ ਬਿਲਕੁਲ ਵੀ ਪਸੰਦ ਨਹੀਂ ਆਈ।

ਬਿਜ਼ਨਸ ਕਰਨਾ ਬਹੁਤ ਔਖਾ ਹੁੰਦਾ ਹੈ ਪਰ ਕਈ ਕਾਰੋਬਾਰੀ ਹੀ ਬਹੁਤ
ਵਧੀਆ ਹੁੰਦੇ ਹਨ।

ਸਾਨੂੰ ਇਹ ਗੱਲ ਦਰੁਸਤ ਕਰ ਲੈਣੀ ਚਾਹੀਦੀ ਹੈ ਕੇ ਜਦ ਤੁਹਾਡਾ ਬਾਥਰੂਮ
ਸ਼ੇਅਰ ਹੋਵੇ ਤਾਂ ਰਾਤ ਨੂੰ ਨਹਾਉਣ ਨਾਲ ਸਵੇਰੇ ਬਾਥਰੂਮ
ਦੀ ਤੰਗੀ ਨਹੀਂ ਹੁੰਦੀ।

ਉਹਨਾਂ ਨੇ ਅਲਾਰਮ ਤਾਂ ਸਹੀ ਟਾਈਮ ਦਾ ਹੀ ਲਾਇਆ ਸੀ ... ਉਹਨਾਂ ਨੂੰ ਤਾਂ
ਬਸ 'ਏ' ਅਤੇ 'ਪੀ' ਵਿਚਲਾ ਅੰਤਰ ਲੈ ਬੈਠਿਆ ।

ਖੇਡ, ਜੂਏ, ਤੇ ਪਿਆਰ ਵਿਚ ਜਿੱਤ ਉਸਦੀ ਹੀ ਹੁੰਦੀ
ਹੈ ਜਿਸਨੂੰ ਜਿਆਦਾ ਪਰਵਾਹ ਨਹੀ ਹੁੰਦੀ।

ਪੂਣੀ, ਅਖੀਰਲਾ ਲੜ੍ਹ, ਅਤੇ ਫ਼ਿਫ਼ਟੀ ਪੱਗ ਦੇ ਮੇਕ
ਔਰ ਬ੍ਰੇਕ ਵਾਲੇ ਫੈਕਟਰ ਹੁੰਦੇ ਹਨ।

ਮਹਾਨ ਹਨ ਉਹ ਲੋਕ ਜੋ ਸਵਰੇ 7 ਵਜੇ ਸਕੂਲ
ਜਾਣ ਲਈ ਜਲਦੀ ਉੱਠ ਕੇ ਪੱਗ ਬੰਨਦੇ ਹਨ।

ਜਰਾਬਾਂ ਜਿੰਨੀਆਂ ਮਰਜੀ ਪਾ ਲਵੋ ਪਰ ਬੂਟਾਂ ਦਾ
ਇਕ ਵਾਰ ਵਿਚ ਇਕ ਜੋੜਾ ਹੀ ਪਵੇਗਾ ।

ਸਾਨੂੰ ਇਹ ਸਮਝ ਲੈਣਾ ਪਵੇਗਾ ਕੇ ਅਲਾਰਮ ਸਾਨੂੰ ਸਿਰਫ ਉਠਾ ਸਕਦਾ ਹੈ, ਜਾਗਣਾ ਸਾਨੂੰ ਆਪ ਹੀ ਪੈਂਦਾ ਹੈ।

ਜਹਾਜ ਵਿਚ ਆਕਸੀਜਨ ਮਾਸਕ ਪਾਉਣ ਤੋਂ ਪਹਿਲਾਂ, ਪਹਿਲਾ ਪਾਇਆ ਹੋਇਆ ਮਾਸਕ ਉਤਾਰਨਾ ਬਹੁਤ ਮਹਤਵਪੂਰਣ ਹੁੰਦਾ ਹੈ।

ਉਹ ਬਹਿਸ ਰਹੇ ਸੀ ਕੇ ਉਸ ਕਲਾਕਾਰ ਨੇ ਸ਼ਰੀਰ ਟੀਕੇ ਲਾ ਕੇ ਬਣਾਇਆ ਹੈ ਜਾਂ ਜਿਮ ਲਾ ਕੇ। ਪਰੰਤੂ ਉਹ ਇਹ ਨਹੀ ਜਾਣਦੇ ਸੀ ਕੇ ਉਸਨੇ ਸ਼ਰੀਰ ਫੋਟੋਸ਼ਾਪ 'ਚ ਬਨਾਇਆ ਸੀ।

ਯਾਤਰਾ ਕਰਨ ਤੋਂ 72 ਘੰਟੇ ਪਹਿਲਾਂ ਕੋਵਿਡ ਟੈਸਟ ਕਰਵਾਉਣ ਵਾਲੀ ਗੱਲ ਆਉਣ ਵਾਲੀ ਪੀੜ੍ਹੀ ਲਈ ਇਕ ਮੀਮ ਟੈਮਪਲੇਟ ਬਣੇਗੀ।

ਕਈ ਵਾਰ ਤੁਹਾਡੇ ਕੋਲ ਇਕ ਸਾਲ ਦੀਆਂ ਇੰਨੀਆਂ ਯਾਦਾਂ ਨਹੀਂ ਹੁੰਦੀਆਂ ਜਿੰਨੀਆਂ ਇਕ ਦਿਨ ਦੀਆਂ ਹੁੰਦੀਆਂ ਹਨ ।

ਉਹਨੇ 100 ਮੀਲ ਦੀ ਸਪੀਡ ਤੇ ਸਨੈਪ ਨਹੀਂ ਬਣਾਈ ਸੀ। ਅਸਲ ਵਿਚ ਉਸਨੇ 100 ਤੇ ਸਪੀਡ ਕੀਤੀ ਹੀ ਸਨੈਪ ਬਣਾਉਣ ਨੂੰ ਸੀ।

ਕਿਤਾਬ ਬਾਰੇ ਕੁੱਝ ਗੱਲਾਂ

ਸਾਡੀ ਲਿਖਤਾਂ ਨੂੰ ਸਮਝਣ ਲਈ ਭੋਰਾ ਵੀ ਅੱਕਲ ਦੀ ਵਰਤੋਂ ਨਹੀਂ ਕਰਨੀ ਪੈਣੀ, ਪਰੰਤੂ ਇਹਨਾਂ ਤੇ ਹੱਸਣ ਲਈ ਤੁਹਾਡਾ ਭੋਰੂ ਬਣਨਾ ਬਹੁਤ ਜਰੂਰੀ ਹੈ ।

ਘਰ ਦੀਆਂ ਵਸਤੂਆਂ

ਟੀ. ਵੀ. ਉਦਾਂ ਸਮਾਰਟ ਨਹੀ ਸੀ, ਪਰੰਤੂ ਰੋਕੂ ਨੇ ਬਣਾ ਦਿੱਤਾ ਸੀ।

ਉਹ ਕੂਗਰ ਪੈਂਟਰੀ 'ਚੋਂ ਬ੍ਰੈਡ ਲੈਣ ਨਹੀਂ ਗਿਆ ਸੀ.. ਪਰੰਤੂ ਆਪਣੀ ਪੈਂਟ ਲਹਾਉਣ ਗਿਆ ਸੀ ।

ਕੌਫੀ ਤਾਂ ਕੋਲਡ ਹੀ ਸੀ, ਪਰੰਤੂ ਉਹ ਬਰਫ ਪਾਉਣੀ ਭੁੱਲ ਗਏ ਸੀ ।

ਟੈਮਪਰੇਚਰ ਤਾਂ 72 ਹੀ ਸੀ, ਸਹੁਰੀ ਦਾ ਥਰਮਾਮੀਟਰ ਹੀ 'ਕੈਲੀਬਰੇਟਡ' ਨਹੀਂ ਸੀ ।

ਜਿਸ ਲੇਬਲ ਨਾਲ ਕਿਸੇ ਦਿਨ ਡਸਟਬਿਨ ਦੀ ਪਹਿਚਾਨ ਕੀਤੀ ਜਾਂਦੀ ਸੀ..ਉਹ ਲੇਬਲ ਅੱਜ ਉਸੇ ਡਸਟਬਿਨ ਵਿਚ ਕੂੜਾ ਬਣ ਕੇ ਪੀਆ ਸੀ।

ਕਈ ਭਾਰਤੀ ਲੋਕ ਰੈਡ ਲੇਬਲ ਨੂੰ ਚਾਹ ਦੇ ਬ੍ਰਾਂਡ ਤੱਕ ਹੀ ਸੀਮਤ ਕਰਕੇ ਰੱਖ ਦਿੰਦੇ ਹਨ।

ਸਾਨੂੰ ਇਹ ਗੱਲ ਸਮਝ ਲੈਣੀ ਚਾਹੀਦੀ ਹੈ ਕੇ ਵੈਕਿਊਮ 'ਚ ਬਿਲਕੁਲ ਆਵਾਜ ਨਹੀਂ ਆਉਂਦੀ ਪਰੰਤੂ ਵੈਕਿਊਮ ਕਲੀਨਰ ਜਿੰਨੀ ਆਵਾਜ ਸ਼ਾਇਦ ਹੀ ਕਿਸੀ ਵਸਤੂ 'ਚੋ ਆਉਂਦੀ ਹੈ।

ਵੈਕਿਊਮ ਕਲੀਨਰ ਸਫ਼ਾਈ ਤਾਂ ਕਰ ਦਿੰਦਾ ਹੈ, ਪਰ ਹੈਰਾਨੀ ਵਾਲੀ ਗੱਲ ਇਹ ਹੈ ਕੇ ਇਸਨੂੰ ਵੀ ਸਾਫ਼ ਰੱਖਣਾ ਬਹੁਤ ਲਾਜ਼ਮੀ ਹੁੰਦਾ ਹੈ।

ਸਾਨੂੰ ਇਹ ਗੱਲ ਦਰੁਸਤ ਕਰ ਲੈਣੀ ਚਾਹੀਦੀ ਹੈ ਕੇ ਟੂਥ ਬਰੱਸ਼ ਅਤੇ ਟੂਥ ਪੇਸਟ ਖਰੀਦ ਲੈਣਾ ਹੀ ਕਾਫੀ ਨਹੀ ਹੁੰਦਾ, ਅਸਲ ਵਿਚ ਸਵਾਸਾਂ ਨੂੰ ਤਾਜ਼ਾ ਰਖਨ ਲਈ ਟੰਗ ਕਲੀਨਰ ਦਾ ਹੋਣਾ ਵੀ ਲਾਜ਼ਮੀ ਹੈ।

ਪਾਣੀ ਵਾਲੇ ਗਲਾਸ 'ਚੋਂ ਪਾਣੀ ਪੀ ਕੇ, ਮੈਂ ਉਸਨੂੰ ਪਾਣੀ ਨਾਲ ਧੋ ਕੇ, ਉਸ 'ਚੋ ਪਾਣੀ ਸੁਕਾਉਣ ਲਈ, ਉਸਨੂੰ ਪਾਣੀ ਤੋਂ ਪਰਹਿ ਰੱਖ ਦਿੱਤਾ ਸੀ।

ਕਿਰਾਏ ਵਾਲੇ ਘਰਾਂ ਵਿਚ ਰਹਿੰਦਿਆ ਤੁਹਾਨੂੰ ਕੰਧ 'ਚ ਮੇਖ ਗੱਡਣ ਤੋਂ ਪਹਿਲਾਂ ਵੀ ਦੱਸ ਵਾਰ ਸੋਚਣਾ ਪੈਂਦਾ ਹੈ ।

ਸਾਡੀ ਬੰਦ ਨਾ ਹੋ ਰਹੀ ਟੂਟੀ ਕਾਰਨ ਉਸ ਕਾਮੇ ਨੂੰ ਅੱਧੀ ਰਾਤ ਆਪਣੀਆਂ ਅੱਖਾਂ ਖੋਲਣੀਆਂ ਪੈ ਗਈਆਂ ਸਨ।

ਅਮਰੀਕਾ-ਕੈਨੇਡਾ ਵਿਚ ਨਵੇਂ ਆਏ ਪੰਜਾਬੀ ਅਕਸਰ ਹੀ ਡ੍ਰਾਇਅਰ 'ਚ ਕੱਪੜੇ ਸ਼੍ਰੀਨਕ ਕਰਵਾ ਲੈਂਦੇ ਹਨ ।

ਸਵੇਰੇ ਉਠਾਉਣ ਵਾਲੇ ਮਨੁਖ ਅਤੇ ਅਲਾਰਮ,
ਦੋਵੇਂ ਇਕੋ ਜਿਹੀ ਖਿਝ ਚੜ੍ਹਾਉਂਦੇ ਹਨ।

ਦਰਵਾਜੇ ਦਾ ਹੈਂਡਲ ਤੁਹਾਡੇ ਮਹਿਮਾਨਾਂ ਨਾਲ ਸਭ ਤੋਂ ਪਹਿਲੋਂ ਹੱਥ ਮਿਲਾਉਣ ਦਾ ਕੰਮ ਕਰਦਾ ਹੈ।

ਭਾਰਤੀ ਮਹਿਮਾਨ ਦਰਵਾਜੇ ਨਾਲ ਹੈਂਡਸ਼ੇਕ ਕਰਕੇ ਤੁਹਾਡੇ ਨਾਲ ਕੋਵਿਡ ਵਾਲੀ ਕਰ ਦਿੰਦੇ ਹਨ (ਹੱਥ ਜੋੜ ਕੇ)।

ਮੇਜ਼ਬਾਨ ਕੋਲੋਂ ਮੇਜ਼ਬਾਨੀ ਵਿੱਚ ਕਮੀ ਰਹਿ ਜਾਵੇ ਤਾਂ ਮੇਜ਼ਬਾਨ ਮਹਿਮਾਨ ਸਾਹਮਣੇ ਅਕਸਰ ਹੀ ਬੇਜ਼ੁਬਾਨ ਹੋ ਜਾਂਦੇ ਹਨ ।

ਜੇਕਰ ਦੁਨੀਆ ਤੇ ਮਾਈਕ੍ਰੋਵੇਵ ਨਾ ਹੁੰਦੇ ਤਾਂ ਸਾਨੂੰ ਹੋਰ ਜ਼ਿਆਦਾ ਭਾਂਡੇ ਧੋਣੇ ਪਿਆ ਕਰਨੇ ਸੀ।

ਕਿਤਾਬ ਬਾਰੇ ਕੁੱਝ ਗੱਲਾਂ

ਇਹ ਕਿਤਾਬ ਨੂੰ ਪੜ੍ਹਦਿਆਂ ਜੇ ਕਦੇ ਤੁਹਾਨੂੰ ਲੱਗੇ ਕੇ ਤੁਹਾਨੂੰ ਹਾਸਾ ਨਹੀਂ ਆ ਰਿਹਾ ਅਤੇ ਤੁਹਾਡਾ ਟਾਈਮ ਵੇਸ੍ਟ ਹੋ ਰਿਹਾ ਹੈ ਤਾਂ ਤੁਹਾਨੂੰ ਇਹ ਕਿਤਾਬ ਦੋਬਾਰਾ ਪੜ੍ਹਨੀ ਚਾਹੀਦੀ ਹੈ ।

ਪਲੂਜ਼ ਦੇ ਜਲੂਸ

ਪੁੱਲਮੈਨ ਵਿੱਚ ਜਦੋਂ ਰਾਤ ਨੂੰ ਕੁੱਝ ਵੀ ਨਾ ਖੁੱਲ੍ਹਾ
ਹੋਵੇ ਤਾਂ ਵੀ ਕੁਸ਼ ਤਾਂ ਖੁੱਲ੍ਹਾ ਹੀ ਹੁੰਦਾ ਹੈ।

ਕੂਗਰ [Cougar] ਕਾਉਂਟੀ ਵਿੱਚ ਡ੍ਰਾਈਵ ਤਾਂ ਅਕਸਰ ਕਰਦੇ ਰਹੇ ਪਰੰਤੂ ਇਸ ਕਾਉਂਟੀ ਦਾ ਡ੍ਰਾਈਵ ਇਨ (cougar county drive in) ਅੱਜ ਪਹਿਲੀ ਵਾਰ ਦੇਖਿਆ ਸੀ।

ਉਹ ਕੁੜੀ ਮਾਸਕ ਚੈੱਕ ਕਰਨ ਲਈ ਨਹੀਂ ਖੜੀ ਸੀ, ਸਗੋਂ ਸਰਕਾਰ ਦਾ ਹੀ ਮਿਆਰ ਜਿਆਦਾ ਗਿਰ ਗਿਆ ਸੀ ।

ਉਸਨੇ ਸਿਰਫ਼ ਟੀ. ਵੀ. ਦੀ ਰਸੀਦ ਨਹੀਂ ਮੰਗੀ, ਸਗੋਂ ਆਪਣੇ ਨਸਲਵਾਦੀ ਵਰਤਾਰੇ ਦਾ ਬਿੱਲ ਹੀ ਕੱਟ ਦਿੱਤਾ ।

ਵਾਲਮਾਰਟ ਵਾਲਿਆਂ ਦੀ ਤਿਆਰੀ ਰੱਦੀ ਨਹੀਂ ਸੀ, ਅਸਲ ਵਿਚ ਕੋਵਿਡ -19 ਤੋਂ ਬਾਅਦ ਵਿਦਿਆਰਥੀਆਂ ਦੀ ਸਹਿਣਸ਼ਕਤੀ ਵੱਧ ਗਈ ਸੀ ।

ਪੁੱਲਮੈਨ ਵਿੱਚ ਲੋਕ ਪੜ੍ਹਦੇ ਘੱਟ ਤੇ ਹੜ੍ਹਦੇ ਵੱਧ ਹਨ ।

ਪੁੱਲਮੈਨ ਵਿੱਚ ਜਦੋ ਲੋਕਾਂ ਨੂੰ ਸਮਝ ਨਹੀਂ ਆਉਂਦੀ ਕਿ ਟਾਈਮ ਕੀ ਕੁਝ ਕਰਕੇ ਪਾਸ ਕਰੀਏ ਤਾਂ ਉਹ ਕੁਛ ਵੱਲ ਚਲੇ ਜਾਂਦੇ ਹਨ।

ਪੁੱਲਮੈਨ ਦੇ ਲੋਕ 'ਗੋ ਕਉਗਸ' ਕਹਿਕੇ ਸਮਝਦੇ ਹਨ ਕੇ ਉਹਨਾਂ ਨੇ ਕੋਈ ਬਹੁਤ ਵਿਲੱਖਣ ਗੱਲ ਕਹੀ ਹੈ।

ਪੁੱਲਮੈਨ ਦੇ ਵਿਦਿਆਰਥੀ ਡਿਗਰੀ ਕਰਨ ਨੂੰ ਆਮ ਤੌਰ ਤੇ ਹੀ ਪੰਜ ਤੇ ਕਦੀ-ਕਦੀ ਛੇ ਸਾਲ ਲਗਾ ਦਿੰਦੇ ਹਨ।

ਕੱਲੇ ਕੈਨੇਡਾ ਆਉਣਾ ਉਹਨੇ, ਇਹ ਤਾਂ ਪੱਕਾ ਹੀ ਝੂਠ ਹੈ, ਸੀਏਟਲ ਆਉਣਾ ਜਾਂ ਨਹੀਂ ਇਹਦੇ ਬਾਰੇ ਮੈਂ ਹਜੇ ਫਿਰ ਵੀ ਸ਼ੱਕੀ ਹਾਂ।

ਉਹ ਲੜਕੀ ਨੇ ਆਪਣਾ ਗਰੁੱਪ ਚੇਂਜ ਨਹੀਂ ਕੀਤਾ, ਸਗੋਂ ਮੇਰੇ ਪ੍ਰਤੀ ਚੰਗੇ ਵਰਤਾਰੇ ਨਾ ਹੋਣ ਦਾ ਸਬੂਤ ਦਿੱਤਾ।

ਪੁੱਲਮੈਨ ਵਿੱਚ ਪੱਗਾਂ ਵਾਲੇ ਤਾਂ ਅਕਸਰ ਆਉਂਦੇ ਹਨ ਪਰ ਆ ਕੇ ਪੱਗ ਬਣਨੇ ਹੱਟ ਜਾਂਦੇ ਹਨ।

ਆਈਸ ਕਰੀਮ ਸੇਲਸ ਵੱਧਣ ਦੇ ਨਾਲ-ਨਾਲ ਕ੍ਰਾਈਮ ਰੇਟ ਵੀ ਵੱਧਿਆ ਸੀ...ਪ੍ਰੰਤੂ ਉਸਨੇ ਕੋਰੀਲੇਸ਼ਨ ਨੂੰ ਕੋਜ਼ਸ਼ਨ ਸਮਝ ਕੇ ਕਿਹਾ ਕੇ ਆਈਸ ਕਰੀਮ ਸੇਲਸ ਘਟਾਓ ਨਹੀਂ ਤਾਂ ਕ੍ਰਾਈਮ ਵੱਧੀ ਜਾਵੇਗਾ।

ਓਹ ਲੜਾਈ-ਲੜ੍ਹਈ ਮੁੱਲ ਲੈਣ ਨੂੰ ਨਹੀਂ ਸੀ ਫਿਰਦਾ, ਅਸਲ ਵਿਚ ਉਸਦਾ ਗ੍ਰੀਨ ਕਾਰਡ ਆ ਗਿਆ ਸੀ।

Idaho ਦੀ ਸਰਕਾਰ ਦਾਰੂ ਤੇ ਟੈਕਸ ਨਹੀਂ ਲਾਉਂਦੀ ਤੇ ਵੀਡ ਤੇ ਟੈਕਸ ਉਹ ਲਾ ਨਹੀਂ ਸਕਦੇ।

ਵਾਸ਼ਿੰਗਟਨ/ਪੁਲਮੈਨ ਦੇ ਲੋਕ ਫਰਡੀਨੈਂਡਜ਼ ਦੇ ਕੂਗਰ ਗੋਲਡ ਚੀਜ਼ ਅਤੇ ਆਈਸ-ਕ੍ਰੀਮ ਨੂੰ ਦੁਨੀਆ ਦੀਆਂ ਸਭ ਤੋਂ ਸਵਾਦ ਚੀਜਾਂ 'ਚੋਂ ਗਿਣਦੇ ਹਨ ।

ਫਰਡੀਨੈਂਡਜ਼ ਕ੍ਰੀਮਰੀ ਤੋਂ ਲੋਕ ਅਕਸਰ ਹੀ 100-200 ਕੈਨ ਕੂਗਰ ਗੋਲਡ ਚੀਜ਼ ਦੇ ਖਰੀਦ ਲੈਂਦੇ ਹਨ।

ਪੁੱਲਮੈਨ ਦੇ ਲੋਕ ਅਕਸਰ ਸ਼ਰਾਬ ਤਾਂ ਮੌਸਕੋ ਤੋਂ ਲੈਕੇ ਆਉਂਦੇ ਹਨ ਪਰੰਤੂ ਬਾਕੀ ਸਭ 'ਕੁਸ਼' ਲਈ ਉਹ ਪੁੱਲਮੈਨ ਨੂੰ ਹੀ ਪ੍ਰੈਫਰ ਕਰਦੇ ਹਨ।

ਪੁੱਲਮੈਨ ਤੋਂ ਫਲਾਈ ਕਰਕੇ ਜਾਣ ਲਈ ਅਕਸਰ ਪਹਿਲਾ ਸਪੋਕੇਨ ਜਾਣਾ ਪੈਂਦਾ ਹੈ।

ਪੁੱਲਮੈਨ ਏਅਰਪੋਰਟ ਦੇ ਕਰਮਚਾਰੀ ਦੁਪਹਿਰ ਵੇਲੇ ਅਕਸਰ ਹੀ ਏਅਰਪੋਰਟ ਨੂੰ ਰੱਬ ਆਸਰੇ ਛੱਡ ਕੇ ਰੋਟੀ ਖਾਣ ਚਲੇ ਜਾਂਦੇ ਨੇ।

ਉਹਨਾਂ ਨੇ ਪ੍ਰਾਈਜ਼ ਡਿਸਟ੍ਰਿਬੁਸ਼ਨ ਤਾਂ ਪਹਿਲੇ, ਦੂਸਰੇ ਤੇ ਤੀਸਰੇ ਸਥਾਨ ਲਈ ਰੱਖੀ ਸੀ, ਪ੍ਰੰਤੂ ਇਹ ਨਹੀਂ ਦਸਿਆ ਕੇ ਸਹੁਰੀ ਦੀਆਂ ਟੀਮਾਂ ਹੀ 3 ਸਨ।

ਕਿਸੇ ਗਰੁੱਪ ਦੇ ਖਜ਼ਾਨਚੀ ਬਣਨ ਨਾਲੋ ਵਡਾ ਖਜ਼ਾਨਾ ਤੁਹਾਡੀ ਖੁਦ ਦੀ ਸਿਹਤ ਹੁੰਦੀ ਹੈ।

(ਖਜ਼ਾਨਚੀ ਸਾਹਿਬ ਦੀ ਬਾਂਹ ਟੁੱਟ ਗਈ ਸੀ)

ਸਰਦਾਰ ਬੰਦੇਆਂ ਨੂੰ ਹੱਥ ਤੇ ਸੱਟ ਲੱਗਣ ਪਿੱਛੋਂ ਹੱਥ ਨਾਲੋ ਵੱਧ ਆਪਣੇ ਸਿਰ ਦੀ ਚਿੰਤਾ ਪੈ ਜਾਂਦੀ ਹੈ।

ਕਿਤਾਬ ਬਾਰੇ ਕੁੱਝ ਗੱਲਾਂ

ਕੁਝ ਵਿਅਕਤੀ ਕਿਤਾਬ ਵਿੱਚ ਯੋਗਦਾਨ ਪਾਉਂਦੇ ਹਨ ਤੇ ਕੁਝ ਵਿਅਕਤੀ ਕਿਤਾਬ ਦਾ ਹਿੱਸਾ ਹੀ ਬਣ ਜਾਂਦੇ ਹਨ।

ਖੇਡਾਂ ਬਾਰੇ ਤੱਥ

ਉਹਦੇ ਕੈਚ ਛੱਡਣ ਕਰਕੇ ਮੈਚ ਨਹੀ ਹਾਰੇ, ਪਰੰਤੂ ਟੀਮ ਦਾ ਦਿਲ ਛੱਡ ਜਾਣਾ ਮੁੱਖ ਕਾਰਨ ਸੀ ।

ਉਹਨੇ ਜਾਣਾ ਤਾਂ ਮੈਨਸਿਟੀ ਹੀ ਸੀ, ਪ੍ਰੰਤੂ ਉਸਦੇ ਲਾਗੇ ਸ਼ਾਗੇ ਦੇ ਪ੍ਰੇਮੀਆਂ ਨੇ ਉਸਨੂੰ ਯੂਨਾਇਟੇਡ ਜਾਣ ਦੀ ਮਹੱਤਤਾ ਸਮਝਾ ਦਿੱਤੀ ।

ਅਸਲ ਵਿਚ 'ਸਵਿਮਮਿੰਗ' ਔਖੀ ਨਹੀਂ ਹੁੰਦੀ, ਪਾਣੀ ਵਿੱਚ ਬੌਡੀ ਸਿੱਧੀ ਰੱਖਣੀ ਹੀ ਜ਼ਿਆਦਾ ਔਖੀ ਹੈ ।

ਇੰਗਲੈਂਡ ਦੀ 'ਟੇਲ' ਜ਼ਿਆਦਾ ਵੱਡੀ ਨਹੀਂ ਸੀ, ਸਹੁਰੀ ਦੀ ਇੰਡੀਆ ਬਾਲਿੰਗ ਹੀ ਲੰਡੀ ਪੂਛ ਸੀ ।

[ਟੈਲ - ਅਖੀਰ ਵਾਲੇ 4 ਬੈਟ੍ਸਮੈਨ, ਜਿਹੜੇ ਬੌਲਰ ਹੁੰਦੇ ਹਨ ਤੇ ਥੋੜੀ ਬੈਟਿੰਗ ਕਰ ਲੈਂਦੇ ਹਨ]।

ਕੈਲੋਰੀਜ਼ ਖਾਣੀਆਂ ਤਾਂ ਬਹੁੱਤ ਸੌਖਾ ਕੰਮ ਹੈ,
ਪਰ ਬਰਨ ਕਰਨੀਆਂ ਬਹੁਤ ਔਖੀਆਂ ।

ਫ਼ੀਲਡਿੰਗ ਤਾਂ ਉਹ ਲਾ ਰਹੇ ਸੀ ਪਰ ਅਸਲ 'ਚ ਲਾ ਅਸੀਂ ਰਹੇ ਸੀ।

ਬਾਲ ਜ਼ਿਆਦਾ ਸਕਿਡ ਨਹੀਂ ਕਰ ਰਹੀ ਸੀ, ਸਹੁਰੀ ਦੀ
ਡਿਊ ਹੀ ਜ਼ਿਆਦਾ ਪੈ ਗਈ ਸੀ।

ਸਾਹ ਲੈਣਾ ਮੁਸ਼ਕਿਲ ਨਹੀਂ ਹੁੰਦਾ, ਪ੍ਰੰਤੂ ਸਾਹ ਦਾ ਮਹੱਤਵ ਤੈਰਾਕੀ ਕਰਦੇ ਹੋਏ
ਪਤਾ ਲਗਦਾ ਹੈ।

ਟੀਮ ਤਾਂ ਬਾਰਸੀਲੋਨਾ ਦੀ ਪਹਿਲਾਂ ਵੀ ਮਾੜੀ ਹੀ ਸੀ, ਪਰੰਤੂ ਮੈਸੀ ਦੇ ਟੀਮ
ਵਿਚ ਹੋਣ ਕਰਕੇ ਕਮਜ਼ੋਰੀਆਂ ਲੁਕ ਜਾਂਦੀਆਂ ਸਨ।

ਉਹਨਾਂ ਦਾ ਇਰਾਦਾ ਮੈਂਬਰ ਸਿਲੈਕਟ ਕਰਨ ਦਾ ਨਹੀਂ ਸੀ, ਉਹ ਸਹੁਰੀ ਦਿਆਂ
ਨੇ ਬਸ ਬੰਦੇ ਹੀ ਸ਼ਫਲ ਕਰਨੇ ਸੀ।

ਉਹਨਾਂ ਕੋਲ ਇਨਾਮ ਤਾਂ ਤਿੰਨ ਸੀ .. ਪਰੰਤੂ ਟੀਮਾਂ ਵੀ ਤਿੰਨ ਹੀ ਸਨ।

ਕਈ ਲੋਕ ਰੌਕ ਸੈਂਟਰ 'ਚ ਕਸਰਤ ਕਰਨ ਦੀ ਥਾਂ
ਪੂਲ ਖੇਲ ਕੇ ਆ ਜਾਂਦੇ ਹਨ।

ਤੁਸੀਂ ਸ੍ਰੈਂਥ ਦੀ ਟ੍ਰੇਨਿੰਗ ਤੋਂ ਬਾਅਦ ਕਾਰਡੀਓ ਤਾਂ ਕਰ ਸਕਦੇ ਹੋ ਪਰੰਤੂ ਕਾਰਡੀਓ ਤੋਂ ਬਾਅਦ ਸ੍ਰੈਂਥ ਦੀ ਟ੍ਰੇਨਿੰਗ ਕਰਨੀ ਮੂਰਖਤਾ ਦਰਸ਼ਾਉਂਦੀ ਹੈ।

ਸਾਨੂੰ ਇਹ ਗੱਲ ਸਮਝਣੀ ਪਵੇਗੀ ਕੇ ਫੀਲਡਰ ਦੇ ਹੱਥ 'ਚੋ ਸਿੰਗੱਲ ਲੈਣਾ ਤੁਹਾਡਾ ਹੁਨਰ ਨਹੀਂ ਹੈ, ਅਸਲ ਵਿਚ ਓਹ ਫੀਲਡਰ ਦੀ ਨਲਾਇਕੀ ਹੈ।

ਉਸਨੇ ਮੈਨੂੰ ਪੁਛਿਆ ਕੇ ਰੋਨਾਲਡੋ ਨੇ ਕੀ ਡਿਫਰੇਂਸ ਪਾ ਦੇਣਾ ਯਾਰ?... ਮੈਂ ਉਸਨੂੰ ਕਿਹਾ ਕੇ ਰੋਨਾਲਡੋ ਨੇ ਹੀ key ਡਿਫਰੇਂਸ ਪਾ ਦੇਣਾ ਯਾਰ।

ਜੇ ਬੀਮਾ ਤੁਹਾਡੀਆਂ ਸੱਟਾਂ ਕਵਰ ਕਰ ਲੈਂਦਾ ਹੈ ਤਾਂ ਇਸਦਾ ਮੱਤਲਬ ਇਹ ਨਹੀਂ ਹੈ ਕੇ ਤੁਸੀ ਸੱਟਾਂ ਖਾਣੀਆਂ ਸ਼ੂਰੂ ਕਰਦੋ ।

ਸਿਆਣਪ ਏਸੇ ਵਿਚ ਹੈ ਕੇ ਤੁਸੀ ਹੱਡ ਤੋੜ ਮਿਹਨਤ ਕਰਦੇ-ਕਰਦੇ ਆਪਣੇ ਹੱਡ ਨਾ ਤੁੜਵਾ ਲੈਣਾ ।

ਵਿਅਕਤੀਗਤ ਪੱਧਰ ਤੇ ਸ਼ਾਨਦਾਰ ਖਿਡਾਰੀਆਂ ਨੂੰ ਇਕੱਠੇ ਕਰ ਦੇਣ ਨਾਲ ਇਕ ਸ਼ਾਨਦਾਰ ਟੀਮ ਤਿਆਰ ਨਹੀਂ ਹੋ ਜਾਂਦੀ।

ਸੜਕ ਤੇ ਵਾਪਰੀਆਂ ਰੋਚਕ ਘਟਨਾਵਾਂ

ਟਰੱਕ ਵਾਲੇ ਨੇ ਓਵਰਟੇਕ ਕਰ ਕੇ ਗਲਤੀ ਨਹੀਂ ਕੀਤੀ, ਸਹੁਰੀ ਦਾ ਕਾਰ ਵਾਲਾ ਹੀ ਸਪੀਡ ਲਿਮਿਟ ਤੋਂ ਥੱਲੇ ਜਾ ਰਿਹਾ ਸੀ।

ਲੱਗ ਤਾਂ ਜਾਣੀ ਹੀ ਸੀ.. ਪਰੰਤੂ ਮੈਨੂੰ ਸੀ ਕੇ ਲੱਗ ਨਾ ਜਾਵੇ।

ਉਹ ਕਾਰ ਨੂੰ ਡੀਰ [Deer] 'ਚ ਵੱਜਣ ਤੋਂ ਰੋਕ ਸਕਦਾ ਸੀ, ਪਰੰਤੂ ਓਹਨੂੰ ਡਰ ਸੀ ਕੇ ਉਹਦੇ 'ਨੀਅਰ ਐਂਡ ਡੀਅਰਸ' ਨੂੰ ਬ੍ਰੇਕ ਨਾਲ ਸੱਟ ਨਾ ਲੱਗ ਜਾਵੇ।

ਅਸਲ 'ਚ ਉਹਨੇ 'ਡੋਜ ਕਾਰਾਵਾਨ' ਤਾਂ ਵੇਚਣੀ ਹੀ ਸੀ, 'ਡੀਰ' ਵੱਜਣ ਨਾਲ ਤਾਂ ਉਸਨੂੰ ਬਹਾਨਾ ਮਿਲ ਗਿਆ ਸੀ।

ਗੱਡੀ ਤਾਂ ਉਹਨਾਂ ਨੇ ਕੋਹਲ [kohl] ਦੇ ਕੋਲ ਹੀ ਪਾਰਕ ਕੀਤੀ ਸੀ, ਪਰ ਉਹ ਲੱਭ ਚੀਜ਼ ਫੈਕਟਰੀ ਕੋਲ ਰਹੇ ਸੀ।

ਹੋਂਡਾ ਸਿਵਿਕ ਬੰਦੇ ਤਾਂ 5 ਬਿੱਠਾ ਲੈਂਦੀ ਹੈ, ਪਰੰਤੂ ਲਗੇਜ 2 ਜਾਂ 3 ਬੰਦਿਆ ਦਾ ਹੀ ਕੈਰੀ ਕਰ ਸਕਦੀ ਹੈ।

ਉਹਨੇ ਡ੍ਰਾਈਵਿੰਗ ਤਾਂ ਉੱਚ ਪੱਧਰ ਦੀ ਕੀਤੀ ਹੀ ਸੀ, ਪਰ ਸਾਥੀਆਂ ਦਾ ਦਿਲ ਉਸਦੇ ਵਧੀਆ ਸੁਭਾਹ ਨੇ ਹੀ ਜਿੱਤਿਆ ਸੀ।

ਲੀਨਾ ਮੈਨੂੰ ਡ੍ਰਾਈਵਿੰਗ ਕਰਦੇ ਨੂੰ ਪੁੱਛਦੀ ਕੇ ਤੁਹਾਨੂੰ ਨੀਂਦ ਤਾਂ ਨਹੀਂ ਆ ਰਹੀ। ਮੈਂ ਉਸਨੂੰ ਕਿਹਾ ਕੇ ਮੈਨੂੰ ਜੇ ਨੀਂਦ ਆ ਗਈ ਤੇ ਤੁਹਾਨੂੰ ਆਪੇ ਪਤਾ ਲਗ ਜਾਵੇਗਾ।

ਕਈ ਲੋਕ ਹਵਾਈ ਜਹਾਜ ਦੀ ਟਿਕਟ ਬੁੱਕ ਕਰਾਉਣ ਤੋਂ ਪਹਿਲਾਂ ਏਅਰਪੋਰਟ ਤੱਕ ਜਾਣ ਲਈ ਬੱਸ ਦੀ ਟਿਕਟ ਬੁਕ ਕਰ ਲੈਂਦੇ ਹਨ।

ਐਡਮਿੰਟਨ ਘੁੰਮਣ ਲਈ ਤੁਹਾਨੂੰ ਕੁਝ ਕੁ ਮਿੰਟ ਹੀ ਲਗਦੇ ਹਨ ।

ਐਡਮਿੰਟਨ ਵਿਚ ਅਕਸਰ ਹੀ ਗੱਡੀਆਂ ਨੂੰ ਵੀ ਠੰਡ ਲੱਗ ਜਾਂਦੀ ਹੈ ਅਤੇ ਸਰਦੀਆਂ ਵਿਚ ਗੱਡੀਆਂ ਨਿੱਤ ਹੀ ਖ਼ਰਾਬ ਹੋ ਜਾਂਦੀਆਂ ਹਨ।

www.ingramcontent.com/pod-product-compliance
Ingram Content Group UK Ltd.
Pitfield, Milton Keynes, MK11 3LW, UK
UKHW021935190726
13853UKWH00004B/1451

9 789356 682979